U0066495

 瑞蘭國際

瑞蘭國際

越南語商務會話

國立政治大學

陳凰鳳 著

語言學習只要有「心」，
就能走入「新」的世界、開創「新」的人生

　　從事越南語教學多年，我發現關心越南語或越南相關議題的人越來越多。除了因為身邊有越南親人或是認識越南朋友的人之外，再來是因為去了一趟越南旅遊回來對越南美食或越南這個國家產生興趣和好奇的人，更多就是因為工作上與越南企業或越南人來往而需要溝通交流的商務人士，而且此類人士增加的比例比起前兩者越來越高。

　　當然這個現象也很容易理解，自從台灣政府推動新南向政策後，許多大小企業都紛紛前往越南發展，而越南政府也釋出非常多的投資誘因來鼓勵外商到越南開拓市場。因此，台灣懂越南語的人才成為雙邊市場炙手可熱的寶，而且也讓與工作相關的越南語學習需求日漸增高。

　　隨著社會結構改變，為了呼應市場的需求，當然教育工作也要符合時代的趨勢。所以，我決定出版《越南語商務會話》這本書。不過，在大家普遍的印象中，外派時應該只要學習一些跟工作有關的越南語就好。但是，我認為工作和適應生活，對一個外派人員來說，都是息息相關的。畢竟工作怎麼能脫離每天生活中的點點滴滴呢？工作中也要吃飯、休息，工作後也要睡覺、休閒娛樂啊！因此，本書雖定位為「商務會話」，內容還是將生活與工作整合在一起，希望除了提供學習者工作上常用到的一般越南語專有詞彙外，和每天生活元素相關的越南語也讓商務人士在當地生活無障礙。

根據多年的教學經驗，我深信本書由淺至深的編寫方式，以及加深語法能力的講解和舉例說明，一定可以幫助學習者準確地使用相關句型，並且能夠快速地運用在生活中。所以，只要是修讀過基礎越南語發音的入門者，就能直接選用這本書進修，相信學習者只要循序漸進，跟著本書好好學習，一定會感受到本書的實用性，以及它所帶來的學習語言的樂趣。

　　由於考慮學習者的學習需求與立場，在編寫過程中，我也特別請益在職場有相當多經驗並具有越南語相當程度之兩位年輕朋友簡永昌和賴冠妏。透過他們的建議和幫忙潤稿後，讓本書增加了許多有趣的元素，在此致上謝意。此外，也特別感謝瑞蘭國際出版編輯團隊的協助，讓我能夠順利完成這本著作。最後，我相信語言學習沒有空間的界限、也沒有時間的限制，只要有「心」，就能走入「新」的世界、開創「新」的人生，與大家共勉。

陳凰鳳

台北 2022-07-23

目次

Bài 1

第 1 課

Em là nhân viên mới vào làm

我是新進人員

A. Hội thoại
會話

◀ MP3-001

Thu: Chào em!
秋： 你好！

Thắng: Xin chào chị! Chị có khỏe không?
勝： 姊姊好！妳好嗎？

Thu: Chị khỏe. Cảm ơn em. Còn em thế nào?
秋： 我（很）好。謝謝你。那你怎麼樣呢？（那你如何呢？）

Thắng: Dạ, cảm ơn chị, em vẫn thường. Chị đến có việc gì không ạ?
勝： 是，謝謝妳，我還好。妳來有什麼事嗎？

Thu: Giới thiệu với em, đây là Lan, nhân viên mới của Bộ phận Nhân sự.
秋： 跟你介紹一下，這是蘭，人事部門的新進人員。

Lan: Em chào anh ạ! Em tên là Nguyễn Thị Mai Lan.
蘭： 哥哥你好！我名叫阮氏梅蘭。

Thắng: Chào Lan! Em vào làm bao lâu rồi?
勝： 蘭，妳好！妳進公司工作多久了？

Lan: Vâng, em vào làm được 1 tháng rồi ạ.
蘭： 是，我進公司工作已經有 1 個月了。

Thắng: Thế à! Em đã quen với công việc mới chưa?
勝： 這樣啊！妳已經熟悉新工作了嗎？

Lan: Vẫn chưa quen lắm ạ! Mong anh chỉ dạy thêm.
蘭： 還沒有很熟悉啊！希望你多多指教。

Từ mới 生詞

1. chào 你好 / 再見 / 打招呼
2. xin chào 你好
3. chị 妳 / 姊姊 / 小姐
4. em 你 / 妳 / 妹妹 / 弟弟
5. anh 你 / 哥哥 / 先生
6. khỏe 好（健康）
7. không 不 / 嗎 / 零
8. cảm ơn / cám ơn 謝謝
9. còn 還有 / 那麼
10. thế nào / thì sao 如何 / 怎麼樣
11. dạ / vâng 是 / 是的
12. vẫn thường 還好（健康）
13. đến / tới 到
14. việc 事 / 事情
15. gì 什麼
16. ạ 啊（禮貌的語助詞）
17. giới thiệu 介紹
18. với 跟 / 和
19. đây 這
20. là 是 / 燙衣服
21. nhân viên 職員
22. bộ phận Nhân sự 人事部門
23. tên 名字
24. vào làm 進公司上班
25. bao lâu 多久
26. được 達 / 獲 / 得 / 被
27. tháng 月
28. thế / vậy 那麼 / 這樣
29. quen 習慣 / 熟悉
30. công việc 工作（名詞）
31. mới 新的
32. vẫn 仍然 / 依舊 / 還是
33. chưa 還沒 / 尚未
34. lắm 很
35. mong 希望
36. chỉ dạy 指教
37. thêm 添 / 多

B. Giải thích ngữ pháp
語法說明

1. 句型：chào ...

　　在句子中的 chào 是動詞，相當於中文的「你好／再見」，適用於打招呼或道別的時候說。chào 適合用在正式場合，對不同的人打招呼，就在後方加上不同的人稱代名詞。如果主語是晚輩，當對前輩、長輩打招呼或道別時，都會把主語的自稱人稱代名詞放進來，並在句尾加上語助詞 ạ，表示尊敬、有禮貌。

例
1. **Chào ông!**　　　　先生您好（再見）！
2. **Chào bà!**　　　　太太您好（再見）！
3. **Chào anh!**　　　　先生你好（再見）！
4. **Chào chị!**　　　　小姐妳好（再見）！
5. **Chào em!**　　　　晚輩你好（再見）！
6. **Em chào chị ạ!**　　姊姊妳好（再見）！
7. **Cháu chào bà ạ!**　奶奶您好（再見）！

2. 句型：... có ... không?

　　相當於中文的「……有……嗎？」，在 có 後方可能是名詞、行動的動詞、心理活動的動詞、形容詞。

★ 如果 có 後方是名詞或行動的動詞，簡單的答覆是以 có 或 không có 來回答：

例
1. **Anh có thời gian rảnh không?**　你有空嗎？（你有時間嗎？）
　答 **Dạ, có.**　　　　　　　　　是，有。
　（完整的回答：Dạ, tôi có thời gian.）

Dạ, không có.　　　　　　　　是，沒有。

（完整的回答：Dạ, tôi không có thời gian rảnh.）

2. Chị <u>có</u> ăn phở bò <u>không</u>?　　　妳有吃牛肉河粉嗎？

答 **Dạ, có.**　　　　　　　　　　是，有。

（完整的回答：Dạ, tôi có ăn phở bò.）

Dạ, không có.　　　　　　　　是，沒有。

（完整的回答：Dạ, tôi không có ăn phở bò.）

★ 如果 có 後方是行動的動詞，có 在此句子中不能省略，因為一旦省略 có，句子
會變成另一個形態，也就是它本來是要問「有沒有」，就會變成問「要不要」
做某動作或行為。

例 **1. Chị ăn phở bò <u>không</u>?**　　　妳要吃牛肉河粉嗎？

答 **Dạ, ăn.**　　　　　　　　　　是，（要）吃。

（完整的回答：Dạ, tôi ăn.）

Dạ, không ăn.　　　　　　　　是，不（要）吃。

（完整的回答：Dạ, tôi không ăn.）

★ 如果 có 後方是形容詞或心理活動的動詞，簡單的答覆是以該形容詞或心理活動
的動詞來回答，có 在此句子中可以省略。

例 **1. Chị (có) thích ăn mì gà <u>không</u>?**　妳喜歡吃雞肉麵嗎？

答 **Dạ, thích.**　　　　　　　　　是，喜歡。

（完整的回答：Dạ, tôi thích ăn mì gà.）

Dạ, không thích.　　　　　　　是，不喜歡。

（完整的回答：Dạ, tôi không thích ăn mì gà.）

2. Anh (có) khỏe <u>không</u>?　　　你好嗎？

答 **Dạ, khỏe.**　　　　　　　　　是，很好。

（完整的回答：Dạ, tôi khỏe.）

Dạ, không khỏe.　　　　　是，不好。

（完整的回答：Dạ, tôi không khỏe.）

3. 句型：... thế nào?

　　thế nào 在此句子中是疑問代詞，相當於中文的「如何／怎麼樣」，出現在句尾，用來詢問句子中的主語的性質或表現、狀況等。thế nào 與 thì sao 是一樣的意思，所以遇到用 thế nào 與 thì sao 提問時，便要依主語的內容來選擇合適的答覆。

例　**1. Anh ấy thế nào rồi?**　　　　他怎麼樣了？（狀況）

　　答 **Anh ấy khỏe nhiều rồi.**　　他好很多了。

　　2. Chị ấy thế nào?　　　　她怎麼樣？（表現）

　　　答 **Chị ấy rất giỏi.**　　　她很優秀。

　　3. Nhà trọ này thì sao?　　　這（間）民宿怎麼樣？（性質）

　　　答 **Nhà trọ này rất rẻ.**　　這（間）民宿很便宜。

4. 句型：... có ... gì ... không?

　　句型 ... có ... không? 可以搭配其他疑問代詞，本課中，此句型搭配疑問代詞 gì，表示想詢問「有……什麼……嗎？」。回答此問題時，如果是否定，一樣簡單回覆：Dạ, không có.（是，沒有。）；若是肯定，要答覆 Dạ, có.（是，有。），並在後方說明是什麼。gì 在一般疑問句子中是詢問「什麼」，所以回答此問題時，直接說出自己想表達的答案即可。

例　**1. Anh có muốn ăn gì không?**

　　你想吃什麼嗎？

　　答 **Dạ, muốn. Tôi muốn ăn phở bò.**（肯定）

　　　是，我想吃。我想吃牛肉河粉。

　　Dạ, không. Cảm ơn chị.（否定）

　　　是，我不想吃。謝謝妳。

2. Anh muốn ăn gì?　　　　你想吃什麼？

〔答〕**Tôi muốn ăn mì gà.**　　　我想吃雞肉麵。

5. 句型：... bao lâu?

　　在此句子中，bao lâu 是疑問代詞，相當於中文的「多久」，出現在句尾。如果是問未來將要進行的某個動作或行為，此時句子中會出現副詞 sẽ（將要），如果是問過去進行或完成的某動作或行為，此時句子中則會出現副詞 đã（已經）。

〔例〕**1. Anh sẽ ở đây khoảng bao lâu?**

你大約會在這裡待多久？

2. Anh đã ở đây chờ chị ấy bao lâu rồi?

你已經在這裡等她多久了？

6. 句型：... đã + 動詞 + ... chưa?

　　此句型用來詢問在某特定的情況下（意指那時主語應該已經要進行某動作或行為了的情況），主語已經進行某動作或行為了沒。đã（已經）在此句子中是副詞，出現在動詞前方，有時候 đã 也可以省略；chưa（了沒）在句尾的時候就是疑問代詞。回答此問題時，如果簡單的答覆，肯定的話會說：Dạ, rồi.。Dạ 是掛在嘴邊的禮貌用語「是」，而 rồi 是指「了」，意指該行為已經進行了。而如果是否定答覆，就要說：Dạ, chưa.。chưa 在這裡是指「還沒」，意指還沒進行該行為或動作。

〔例〕**1. Em đã ăn cơm chưa?**　你已經吃飯了沒？

肯定：**Dạ, rồi.**

（完整的回答：Dạ em đã ăn cơm rồi.　是，我已經吃飯了。）

否定：**Dạ, chưa.**

（完整的回答：Dạ, em chưa ăn cơm.　是，我還沒吃飯。）

C. Bài luyện tập
練習

1. 請用「**... đã** + 動詞 + **... chưa?**」的結構，把下列的句子改為疑問句：

例如 Tôi chưa ăn cơm.

→ Chị đã ăn cơm chưa?

(1.1) Tôi chưa quen với công việc mới.

(1.2) Chị ấy đã giới thiệu nhân viên mới cho mọi người.

(1.3) Tôi đã khỏe rồi.

(1.4) Mẹ chưa về nhà.

(1.5) Anh ấy đã đi Việt Nam rồi.

2. 請用「... có + ... không?」的結構，把下列的句子改為疑問句：

例如　Tôi có xe ô-tô.

→ Anh có xe ô-tô không?

(2.1) Anh ấy chào chị Thu.

(2.2) Chị Thu giới thiệu Lan cho anh ấy.

(2.3) Ở đây có nhân viên mới.

(2.4) Hôm nay chị ấy đến đây.

(2.5) Tôi không có về nhà.

3. 請用「**... có ... gì không?**」的結構，把下列的句子改為疑問句：

例如 **Tôi muốn uống cà phê.**

　　→ **Chị có muốn uống gì không?**

(3.1) Anh ấy thích ăn phở bò.

(3.2) Ba của tôi đang làm báo cáo.

(3.3) Mẹ của anh ấy muốn nói chuyện với tôi.

(3.4) Chị ấy giới thiệu công việc cho tôi.

(3.5) Anh ấy muốn học nấu ăn.

4. 請再確認一次會話內容，並回答下列的問題（是非題）：

(4.1) (　　　) Lan là nhân viên mới.

(4.2) (　　　) Thu nói chị ấy không khỏe.

(4.3) (　　　) Thắng và Thu làm việc ở công ty nhiều năm rồi.

(4.4) (　　　) Lan đã quen với công việc rồi.

(4.5) (　　　) Lan làm việc ở Bộ phận Nhân sự.

5. 填空題（**bao lâu, thế nào, đã, gì, chưa**）

(5.1) Thu có muốn ăn _____ không?

(5.2) Anh ấy _____ giới thiệu nhân viên mới cho tôi rồi.

(5.3) Thu cảm thấy _____?

(5.4) Bố đã uống cà phê _____?

(5.5) Anh đã làm việc ở Bộ phận nhân sự _____ rồi?

D. Bài đọc
課文

◀ MP3-003

Mai Lan là một nhân viên mới vào làm ở công ty. Em ấy được chị Thu giới thiệu làm quen với đồng nghiệp trong công ty. Đồng nghiệp của Lan đều là những người làm việc lâu năm ở công ty nhưng họ đều rất niềm nở và thân thiện nên Lan cảm thấy rất vui. Tuy Lan cảm thấy vẫn chưa quen với công việc mới, nhưng tất cả các đồng nghiệp đều giúp đỡ Lan, vì vậy chẳng bao lâu sau em ấy đã có thể tự mình xử lý mọi việc.

Từ mới tham khảo 參考生詞

◀ MP3-004

1.	công ty 公司	2.	em ấy 她 / 他
3.	làm quen 結識 / 結交 / 熟悉	4.	đồng nghiệp 同事
5.	những 一些	6.	người 人
7.	làm việc 工作（動詞）	8.	lâu năm 多年 / 資深
9.	nhưng 但是	10.	họ 他們（不分男女老少）
11.	đều 都	12.	niềm nở 親切熱情
13.	thân thiện 友善 / 友好 / 親善	14.	nên 所以
15.	vui 開心 / 高興 / 好玩	16.	tuy 雖然
17.	tất cả 所有	18.	giúp đỡ 幫助 / 幫忙
19.	vì vậy 因此	20.	chẳng bao lâu sau 沒多久後
21.	có thể 可以	22.	tự mình （自己）親自
23.	xử lý 處理	24.	mọi việc 所有事情

1. 請閱讀課文後，再針對主題，用越南語表達你的想法。

2. 請確認以下的課文內容是否正確：

(2.1) (　　　　) Mai Lan là một nhân viên mới.

(2.2) (　　　　) Đồng nghiệp của Lan không niềm nở và thân thiện lắm.

(2.3) (　　　　) Đồng nghiệp của Lan đều giúp đỡ Lan.

(2.4) (　　　　) Đồng nghiệp giúp đỡ Lan nhưng Lan không thích tự mình xử lý mọi việc.

(2.5) (　　　　) Tuy Lan là nhân viên mới nhưng chẳng bao lâu sau Lan đã có thể xử lý mọi việc.

Bài 2
第 2 課

Đây là điện thoại liên lạc của tôi
這是我的聯絡電話

A. Hội thoại
會話

◀ MP3-005

Thắng: Rất vui được quen biết em!
勝: 很高興可以認識妳！

Lan: Dạ, rất hân hạnh được quen biết anh!
蘭: 是，很榮幸可以認識你！

Thắng: Sau này có cần gì thì cứ nói với anh nhé!
勝: 以後有什麼需要就跟我說喔！

Thu: Ừ, sau này có cần gì thì cứ nhờ anh ấy chỉ bảo thêm nhé!
秋: 嗯，以後有什麼需要就麻煩他多指導喔！

Lan: Vâng ạ. Em cảm ơn anh.
蘭: 是的。謝謝你。

Thắng: Đây là danh thiếp của anh. Bên trên có số điện thoại di động của anh đó.
勝: 這是我的名片。上面有我的手機號碼喔！

Lan: Vâng ạ.
蘭: 是的。

Thu: Em cho Lan Line ID cho tiện.

秋： 為了方便，你給蘭你的 Line ID 吧！

Thắng: Dạ vâng. À, em có dùng Facebook không? Anh kết bạn với em.

勝： 是的。啊！妳有用臉書嗎？我跟妳加朋友。

Lan: Vâng, có ạ.

蘭： 是，有啊！

Từ mới 生詞

◀ MP3-006

1. quen biết 認識
2. hân hạnh 榮幸
3. sau này 以後
4. cần 需要
5. cứ 就 / 一直
6. nói 說 / 講
7. nhé 喔（語助詞）
8. nhờ 拜託 / 依靠 / 煩請
9. anh ấy 他
10. chỉ bảo 指導 / 指點 / 指教
11. vâng ạ / dạ vâng 是的
12. danh thiếp 名片
13. bên trên 上面
14. số 號碼
15. điện thoại di động 行動電話
16. đó / đấy 哦 / 喔（強調語助詞）
17. cho 給 / 為了
18. tiện 方便
19. dùng 用
20. kết bạn 結伴 / 交友 / 加朋友

B. Giải thích ngữ pháp
語法說明

1. 句型：... được + 動詞

　　được 基本上有很多意思，在此句子中相當於中文的「可以 / 被 / 得以」。được 出現在動詞前面時，表示主語可以得到或得以做某某行為或動作（都是被允許的意思），或表示被某某人同意或允許做某某行為或動作，而且這動作或行為基本上都是正面的、或主語一般會接受的事情。如果想表達主語被某某人怎麼樣，那麼某某人會出現放在 được 後方以及在動詞前方。

例　1. **Tôi được gặp anh ở đây, thật vui quá!**
　　　在這裡可以見到你，真的好開心喔！

　　2. **Anh ấy được mời vào làm việc ở công ty lớn.**
　　　他被邀請到大公司工作。

　　3. **Chị rất vui vì được mẹ khen ngợi.**
　　　姊姊很開心，因為被媽媽誇獎。

2. 句型：... nhé!

　　nhé 在句子中都是出現在句尾，當 nhé 出現在句子裡面時會有兩種情況：第一種是用來叮嚀某人要特別注意做某事或行為，此時 nhé 相當於中文「喔」的意思；另一種則是主語請求別人同意，或主語提出需求希望別人讓他進行某行為或動作（有妥協的意味），此時 nhé 相當於中文的「好嗎」。

例 1. **Chị nhớ gọi điện thoại cho em <u>nhé</u>!**

姊，妳記得打電話給我喔！（叮嚀）

答 **Ừ, chị biết rồi.**

嗯，我知道了。

2. **Em nói với anh ấy <u>nhé</u>!**

我跟他說喔（好嗎）！（請求同意）

答 **Ừ, em nói đi.**

嗯，妳說吧！

3. **Em ăn trước <u>nhé</u>!**

我先吃喔（好嗎）！（提出需求）

答 **Ừ, em ăn trước đi.**

嗯，妳先吃吧！

3. 句型：... **cứ** + 動詞

cứ 在此句子中相當於中文的「就／一直」，出現在動詞前面。如果是用來鼓勵別人勇敢大膽去做某個動作或行為，那麼 cứ 是指「就」的意思，此時會搭配語氣助詞 đi 在句尾。如果用來敘述某件事情或某人的行為持續演變，此時 cứ 則是指「一直」的意思。

例 1. **Em <u>cứ</u> kết bạn với họ đi! Họ là người tốt, không sao đâu!**

妳就跟他們交朋友吧！他們是好人，沒關係啦！

2. **Khi gặp tôi anh ấy <u>cứ</u> nói về việc công ty.**

遇到我的時候，他一直說關於公司的事。

4. 句型：... đấy / đó!

在句子中，đấy / đó 是語氣助詞，相當於中文「喔」，出現在句尾，用來強調前面所提的內容，並希望聽的人關注它的重要性或它很值得關注等（適合於報喜、炫耀、提醒關注等語氣）。

例 **1. Đây là danh thiếp của sếp em đó!**

　　這是我主管的名片喔！

2. Chị ấy là đồng nghiệp mới của em đấy!

　　她是我的新同事喔！

5. 句型：... cho + 形容詞

cho 基本上有很多意思，在此句子中，它出現在某個動作或行為後方，用來表示主語進行某動作或行為是為了某目的，所以 cho 後方就是該目的，而該目的此時就是一個形容詞，相當於中文的「為了～、～起見」。

例 **1. Mọi người lại đây hát cho vui.**

　　為了開心大家來這唱歌。

2. Em kết bạn Line với anh cho tiện.

　　為了方便，我加你 Line。

C. Bài luyện tập
練習

Bài 2

Đây là điện thoại liên lạc của tôi

1. 請用「**... được** ＋ 動詞」的結構來修飾下列的句子：

> 例如　Tôi quen biết anh ấy. Thật vinh hạnh!
>
> → Tôi được quen biết anh ấy. Thật vinh hạnh!

(1.1) Anh ấy cảm thấy rất vui mời vào làm việc ở công ty.

(1.2) Chị ấy đồng nghiệp lâu năm chỉ dạy rất nhiều.

(1.3) Tôi cô giáo khen ngợi.

(1.4) Mẹ đi Mỹ chơi, nên rất vui.

(1.5) Anh ấy làm việc với chị ấy, cảm thấy rất hân hạnh.

2. 請用「... cho + 形容詞」的結構，結合所提示的詞彙，如 **tiện**（方便）、**đẹp**（漂亮）、**nhiều**（多）、**nhanh**（快）、**giỏi**（優秀／好），完成下列的句子：

例如 Khi ở nhà tôi thích hát cho _____.

→ Khi ở nhà tôi thích hát cho <u>vui</u>.

(2.1) Anh Nam muốn đi Việt Nam làm việc, nên cố gắng học tiếng Việt cho
_____.

(2.2) Chị Thu nói mẹ đi xe ô-tô cho _____.

(2.3) Anh ấy đang làm việc, không được nghe điện thoại, em dùng Line nhắn tin
cho _____.

(2.4) Mẹ nói em ăn cho _____ mới khỏe.

(2.5) Hôm nay đi chơi với bạn trai nên chị phải mặc cho _____.

3. 請用「... đấy」或「... nhé」，來填入下列的句子：

(3.1) Anh ấy vào làm việc được 2 tháng rồi _____!

(3.2) Em không biết thì nhờ anh ấy chỉ bảo _____!

(3.3) Mẹ nhớ gọi điện thoại cho chị ấy _____!

(3.4) Chị ấy là nhân viên lâu năm ở Bộ phận Nhân sự _____!

(3.5) Anh ấy chưa kết hôn _____!

4. 請再確認一次會話內容，並回答下列的問題（是非題）：

(4.1) (　　　　) Thắng rất niềm nở và thân thiện.

(4.2) (　　　　) Thắng kết bạn Line với Lan.

(4.3) (　　　　) Lan không dùng Facebook.

(4.4) (　　　　) Danh thiếp của Thắng không có số điện thoại.

(4.5) (　　　　) Thắng và Thu là đồng nghiệp lâu năm ở công ty.

5. 填空題（**được, cứ, nhé, đấy, cho**）

(5.1) Lan _____ Thu giới thiệu quen biết đồng nghiệp.

(5.2) Anh ấy muốn mọi người cùng đi ăn cơm _____ vui.

(5.3) Đây là danh thiếp của anh Thắng _____!

(5.4) Chị sẽ Line cho em _____!

(5.5) Anh ấy _____ làm việc, không nhớ ăn cơm.

D. Bài đọc
課文

Vì mới vào làm ở công ty nên Mai Lan chưa có danh thiếp, em ấy cảm thấy cần phải kết bạn Line với các đồng nghiệp trong công ty để có thể hỏi thăm họ nhiều việc khi cần. Vì muốn học hỏi nhiều thứ hơn, nên Lan thường lên mạng tìm kiếm những tài liệu có liên quan về lĩnh vực mình đang làm. Các đồng nghiệp có kinh nghiệm thường chỉ dạy Lan cách thức giải quyết vấn đề nhanh chóng và hiệu quả để không mất nhiều thời gian, vì vậy Lan rất cảm kích họ.

Từ mới tham khảo 參考生詞

◀ MP3-008

1.	vì 因為	2.	mới 才剛 / 新 / 才
3.	nên 所以	4.	cảm thấy 覺得
5.	cần phải 必要	6.	để 為了 / 放置 / 讓
7.	có thể 可以	8.	hỏi thăm 詢問 / 問候
9.	học hỏi 向……學習 / 向……看齊	10.	thứ 樣（量詞）/ 東西
11.	hơn 較 / 超過 / 更	12.	thường 常常
13.	lên mạng 上網	14.	tìm kiếm 尋找
15.	tài liệu 資料	16.	liên quan 關聯 / 有關
17.	lĩnh vực 領域	18.	mình 自己 / 我
19.	đang 正在	20.	kinh nghiệm 經驗
21.	cách thức 方式	22.	giải quyết 解決
23.	vấn đề 問題	24.	nhanh chóng 快速地
25.	hiệu quả 效果	26.	mất 花費 / 丟 / 不見 / 過世
27.	thời gian 時間	28.	vì vậy 因此
29.	cảm kích 感激		

讀後要求：

1. 請閱讀課文後，再針對主題，用越南語來表達你的想法。

2. 請確認以下的課文內容是否正確：

(2.1) (　　　) Mai Lan đã có rất nhiều danh thiếp.

(2.2) (　　　) Lan cần sự giúp đỡ của đồng nghiệp nên thêm bạn bè đồng nghiệp trên Line.

(2.3) (　　　) Lan không thích lên mạng tìm tài liệu.

(2.4) (　　　) Lan rất cảm kích đồng nghiệp đã giúp em ấy trong công việc.

(2.5) (　　　) Đồng nghiệp chia sẻ với Lan cách thức giải quyết vấn đề nhanh chóng và hiệu quả.

Bài 3
第 3 課

Buổi trưa chúng ta sẽ ăn gì?
中午我們要吃什麼？

A. Hội thoại
會話

Thu: Trời ơi! Đã gần 12h00'(mười hai giờ) rồi sao?
秋: 天啊！已經將近 12 點了嗎？

Lan: Vâng, 11h50' (mười một giờ năm mươi phút) rồi chị ạ.
Chị đã đói chưa?
蘭: 是，11 點 50 分了，姊姊。妳餓了嗎？

Thu: Hôm nay quá bận, chị quên hết cả đói.
秋: 今天太忙，（忙到）我都忘記肚子餓了。

Lan: Em đói quá rồi! Buổi trưa chúng ta sẽ ăn gì hả chị?
蘭: 我很餓了喔！中午我們要吃什麼啊，姊姊？

Thu: Gần công ty có mở một quán ăn Việt Nam, chúng mình
đến đó ăn đi!
秋: 公司附近有開一家越南餐館，咱們到那兒吃吧！

Lan: Vâng, để em xử lý nốt phần tài liệu này trước đã!
蘭: 是，讓我先繼續處理完這份資料喔！

Thu: Ừ, em giải quyết phần tài liệu đó để còn giao cho sếp
trước chiều nay đấy!
秋: 嗯，妳要解決那份資料以便下午前交給主管哦！

Lan: Vâng ạ, em biết rồi. Sắp xong rồi chị ạ.
蘭：   是的，我知道了。快好了，姊姊。

Thu: Thế thì tốt quá!
秋：   那就太好了！

Từ mới 生詞

◀ MP3-010

1.	trời 天 / 老天 / 天氣	2.	ơi 啊 / 呀（叫人時的語助詞）
3.	gần 將近 / 附近 / 靠近	4.	giờ 點鐘
5.	phút 分鐘	6.	sao 嗎 / 如何 / 為何
7.	đói / đói bụng 餓的 / 肚子餓的	8.	hôm nay 今天
9.	quá 太 / 好 / 很	10.	bận 忙碌的
11.	quên hết cả 忘光光	12.	buổi trưa 中午
13.	ăn 吃	14.	hả 啊（疑問句中的語氣助詞）
15.	mở 開 / 成立	16.	quán ăn 餐館
17.	chúng mình / mình 咱們 / 我們 / 我	18.	đó / đấy / ấy 那
19.	phần 份 / 部分	20.	nốt 繼續（做）完
21.	trước 先 / 前 / 之前	22.	còn 還得 / 還有
23.	giao cho 交給	24.	sếp 主管
25.	chiều nay 今天下午（今下）	26.	biết 知道 / 會
27.	xong 完畢 / （做）好	28.	tốt 好（指品德 / 品質 / 事情 / 情況）

Cách nói thời gian 時間說法

時段的說法	時段的參考時間	時間說法及寫法的例子
（buổi）sáng sớm 清晨	指清晨從 2 點後至 6 點前	4 giờ **sáng sớm** 清晨 4 點（說） 4h00' **sáng sớm**（寫）
（buổi）sáng 早上	指上午從 6 點後至 11 點前	10 giờ 05 phút **sáng** 上午 10 點 5 分（說） 10h05' **sáng**（寫）
（buổi）trưa 中午	指中午從 11 點後至 2 點前	11 giờ 30 phút **trưa** 中午 11 點 30 分（說） 11h30' **trưa**（寫）
（buổi）chiều 下午	指下午從 2 點後至 6 點前	3 giờ 20 phút **chiều** 下午 3 點 20 分（說） 3h20' **chiều**（寫）
（buổi）tối 晚上	指晚上從 6 點後至 11 點前	9 giờ 15 phút **tối** 晚上 9 點 15 分（說） 9h15' **tối**（寫）
đêm / khuya 午夜	指午夜從 11 點後至 2 點前	12 giờ *rưỡi* **khuya** 午夜 12 點半（說） 12h30' **khuya**（寫）

B. Giải thích ngữ pháp
語法說明

1. 句型：... sao?

　　sao 在句子中是疑問代詞，中文意思是「嗎」。sao 與 không（嗎）不一樣的地方是，không 是用來問「有沒有」或「有……嗎？」等問題，而 sao 有表達質疑的意味。所以回答有關 sao 的問題時，要依其內容尋找適當的答覆：有時是偏向「說明」，有時則是偏向「再確定」的答覆。如果答覆時又想強調質疑（例如當覺得不可置信時），要在想強調的部分（通常是主語或時間狀態語）後面加 mà。

例 1. **Anh quên hết mọi việc rồi <u>sao</u>?**
　　你把所有事情都忘光了嗎？

　　答 **Ồ, không phải. Tôi chỉ nhớ nhầm thôi.**
　　　哦，不是。我只是記錯而已。

2. **Chị mà không thích sếp <u>sao</u>?**
　　妳（竟然）不喜歡主管嗎？

　　答 **Ồ, không phải. Tôi sợ sếp thì đúng hơn.**
　　　哦，不是。說我怕主管比較正確。

3. **Bây giờ mà mẹ đã về nhà rồi <u>sao</u>?**
　　媽媽現在（竟然）已經回家了嗎？

　　答 **Vâng mẹ đã về nhà lâu rồi.**
　　　是，媽媽已經回家很久了。

2. 句型：... 形容詞 / 動詞 + **quá** 或 **quá** + 形容詞 / 心理活動的動詞

在句子中，如果 quá 出現在形容詞的後方，表示感嘆，此時相當於中文的「很 / 好」，同時又帶有「喔」的意思。如果 quá 出現在動詞的後方，表示主語所進行的行為或動作「已超過」。如果 quá 出現在形容詞或心理活動的動詞前方，則表示「太……」，這種時候，有時用來「強調」，有時代表「嫌棄」。

例 **1. Chị ấy dịu dàng quá!**

她很溫柔喔！

2. Anh ấy luôn nói quá. Không ai tin được.

他總是說得太超過了。沒人會相信。

3. Chị ấy quá đẹp. Không ai sánh nổi.

她太美了。沒人能比。

4. Mẹ không thích ba quá bận, vì ba không thường về nhà ăn cơm.

媽媽不喜歡爸爸太忙，因為爸爸不常回家吃飯。

3. 語氣助詞 **đi**

đi 出現在句尾時，表示主語提出建議，或催促別人進行某動作或行為，相當於中文的「吧」。

例 **1. Chúng ta ngồi ở đây chờ đi!**

咱們坐在這邊等吧！

2. Anh đi về đi!

你回去吧！

4. 句型：... để ...

　　để 在句子中有很多意思：如果 để 出現在兩個行為之間，意思相當於中文的「為了」，意指主語進行前面所提的行為是為了後面的目的，而此目的也是一個行為，所以 để 後方一定是動詞。如果 để 出現在某一人（動物）前面，此時 để 相當於中文「讓」的意思，表示讓某人（動物）進行某行為或動作。如果 để 出現在某一事、物前面，此時的 để 就是動詞，相當於中文「把……放置於……」的意思。

例　**1. Anh ấy làm nốt công việc <u>để</u> có thể đi ăn cơm với đồng nghiệp.**

　　他繼續把工作做完（是）為了可以和同事去吃飯。

　　2. <u>Để</u> mọi việc suôn sẻ, chúng ta phải cố lên nhé!

　　為了所有事情能順暢（順利進行），咱們要加油喔！

　　3. <u>Để</u> em ấy nghỉ ngơi một chút!

　　讓她休息一下！

　　4. Chị ấy <u>để</u> tài liệu trên bàn.

　　她把資料放在桌子上。

5. 句型：... 動詞 + trước đã!

　　trước đã 在句子中時，要放在動詞後方，相當於中文的「先」。一般是出現在句尾，表示主語想要先進行所提及的某動作或行為，然後才再進行其他動作或行為。有時只用 trước 或 đã，意思都一樣。

例　**1. Để tôi làm cho chị xem <u>trước đã</u>, rồi chị hãy làm theo.**

　　讓我先示範給妳看，然後請妳跟著做。

　　2. Tôi để anh ấy nói <u>trước</u> rồi tôi mới bổ sung sau.

　　我讓他先說，然後我後面才再補充。

6. 組合：... 名詞 + này

　　這組合中，này 相當於中文的「這」，它一定出現在名詞後方，指的是「這某某」，而該名詞若有量詞，也要一併帶進來。này 與 đây 不同，đây 是代詞，可以當主語，而 này 只能出現在名詞後方修飾該名詞。

　　相對的，如果想要說「那某某」或「那是……」，可以用「名詞 + đó (đấy) / kia」或「đó (đấy) là ... / kia là ...」這兩個句型。đó (đấy) / kia 都是指「那」，如果只是指兩樣東西或人，較靠近的第一樣用 đây là，較遠的第二樣用 đó (đấy) là / kia là；如果有三樣，那麼第二遠的用 đó (đấy) là，第三遠的用 kia là。

例 1. **Quán ăn này rất gần nhà tôi.**

這間餐館很靠近我家。

2. **Đây là tài liệu của công ty.**

這是公司的資料。

3. **Lĩnh vực đó đòi hỏi rất cao.**

那領域要求很高。

4. **Đấy là kinh nghiệm nhiều năm của mẹ.**

那是媽媽的多年經驗。

5. **Người đang nói kia là anh Thắng.**

正在講話的那個人是勝哥。

7. 句型：... sắp + 動詞 + rồi

　　sắp 在句子中會出現在動詞前方，相當於中文的「即將 / 快要」，表示主語快要或即將進行某動作或行為。通常 sắp 會搭配 rồi 使用，表示「即將……了」。

　　sắp 與 sẽ（將會）都是指未來的狀態，但 sẽ 是用在未來不確定的時間，且不能搭配 rồi，而 sắp 是指其之後的行為很快就發生。此外，sắp 與 sẽ 還有一個地方不一樣，那就是 sắp 的句子中不能有表示未來的時間狀態語，例如 ngày mai（明天）、tuần sau（下一週）等。

例　**1. Anh ấy sắp kết hôn rồi.**

　　他快結婚了。（是確定很快就會發生）

　　2. Anh ấy sẽ kết hôn.

　　他將會結婚。（是在未來，但不確定何時發生）

C. Bài luyện tập
練習

1. 請用「... sao?」的結構，把下列的句子改為疑問句：

例如 Thắng thích ăn món ăn Việt Nam.
  → Thắng mà thích ăn món ăn Việt Nam sao?

(1.1) Buổi trưa chị ấy rất bận.

(1.2) Việc này sếp không biết.

(1.3) Sếp giao cho chị ấy xử lý.

(1.4) Chị ấy giỏi về lĩnh vực này.

(1.5) Thu ăn rất nhiều.

2. 請用「... 名詞 + này / đó / đấy / kia」的結構，結合所提示的量詞，如 **tô**（大碗）、**chai**（瓶）、**tấm**（張）、**căn**（間）、**cái**（個），選擇合適的量詞來完成下列的句子（如果該名詞沒有量詞就不需填充）：

例如 Anh ấy để _____ cà phê này ở đây để làm gì?

→ Anh ấy để <u>ly</u> cà phê này ở đây để làm gì?

(2.1) Mẹ học hỏi _____ kinh nghiệm đó từ bà ngoại.

(2.2) Chiều nay Thu sẽ đi _____ quán ăn này dùng cơm.

(2.3) Anh ấy mua _____ cô ca đấy là để mời đồng nghiệp uống.

(2.4) Em có muốn ăn _____ phở bò này không?

(2.5) _____ danh thiếp kia là của sếp mới đấy!

3. 請用「... quá!」或「... trước đã!」，來填入下列的句子：

(3.1) Chị ơi, để em nói điện thoại với mẹ _____!

(3.2) Em nghĩ chị ấy thường làm _____!

(3.3) Mẹ nói em phải ăn cơm _____!

(3.4) Hôm nay chị Thu bận rộn _____!

(3.5) Mẹ có nhiều kinh nghiệm _____!

4. 請再確認一次會話內容，並回答下列的問題（是非題）：

(4.1) (　　　　) Thu bận làm việc quên cả đói bụng.

(4.2) (　　　　) Gần công ty không có quán ăn Việt Nam.

(4.3) (　　　　) Lan muốn xử lý nốt phần tài liệu rồi mới đi chơi.

(4.4) (　　　　) Lan cảm thấy không đói lắm.

(4.5) (　　　　) Thu và Lan muốn đi ăn ở quán ăn Việt Nam.

5. 填空題（**quá, sắp, để, đi, trước đã**）

(5.1) Lan muốn lên mạng tìm tài liệu _____.

(5.2) Anh ấy lên mạng _____ tìm tài liệu cho sếp.

(5.3) Quán ăn Việt Nam ở _____ gần nhà của chị Thu.

(5.4) Thắng _____ giải quyết xong vấn đề này rồi.

(5.5) Để anh ấy nói trước _____!

D. Bài đọc
課文

Gần công ty của Lan có rất nhiều cửa hàng tiện lợi và quán ăn bình dân khác nhau. Thu có giới thiệu một quán ăn Việt Nam mới mở cho Lan, vì vậy Lan thường đến đó để dùng cơm. Dạo này công việc ở công ty rất bận rộn, có khi không có đủ thời gian để đi ra ngoài ăn trưa, những lúc như vậy Lan thường đến cửa hàng tiện lợi mua thức ăn nấu sẵn mang về công ty ăn. Tuy nhiều người cho rằng ở cửa hàng tiện lợi thức ăn nấu sẵn không ngon lắm, nhưng Lan cảm thấy thức ăn ở đây rất đa dạng phong phú và cũng có nhiều sự lựa chọn khác nhau, đặc biệt là rất tiện lợi.

Từ mới tham khảo 參考生詞

MP3-012

1. cửa hàng tiện lợi 便利商店	2. quán ăn bình dân 平價餐館
3. khác nhau 不同	4. dùng cơm 用餐
5. dạo này 最近	6. bận rộn 忙碌的
7. có khi 有時候	8. đủ 足夠的
9. thời gian 時間	10. đi ra ngoài 外出
11. ăn trưa 吃中餐	12. những lúc như vậy 這些時候
13. thức ăn nấu sẵn 即食食品	14. mang về 帶走
15. tuy 雖然	16. cho rằng 認為
17. ngon 好吃	18. đa dạng 多樣
19. phong phú 豐富	20. sự lựa chọn 選擇（名詞）
21. đặc biệt là 特別是 / 尤其是	22. tiện lợi 便利的

Bài 3 Buổi trưa chúng ta sẽ ăn gì?

1. 請閱讀課文後，再針對主題，用越南語表達你的想法。

2. 請確認以下的課文內容是否正確：

    (2.1) (   ) Gần công ty của Mai Lan chỉ có quán ăn bình dân.

    (2.2) (   ) Lan thường đến quán ăn Việt Nam dùng cơm.

    (2.3) (   ) Dạo này Lan không có thời gian đi ra ngoài ăn trưa.

    (2.4) (   ) Lan thường đi nhà hàng mua thức ăn nấu sẵn.

    (2.5) (   ) Lan cảm thấy thức ăn ở cửa hàng tiện lợi rất đa dạng và phong
                   phú.

Bài 4

第 4 課

Công ty chúng ta thành lập bao lâu rồi?

我們公司成立多久了？

A. Hội thoại
會話

Thu: Ôi, mệt quá!
秋： 呃，好累喔！

Lan: Chị uống cà phê không?
蘭： 妳要喝咖啡嗎？

Thu: Uống chứ! Cho chị một ly cà phê nhé!
秋： 喝啊！給我一杯咖啡喔！

Lan: Vâng ạ.
蘭： 是的。

Thắng: Từ khi vào công ty đến nay, lần đầu tiên em mới thấy chị than mệt.
勝： 從進公司到現在，我第一次看到妳喊累。

Lan: Vậy hả anh? Chị làm việc ở đây bao lâu rồi hả chị?
蘭： 這樣啊哥？姊姊，妳在這工作多久了啊？

Thắng: Từ khi công ty thành lập chị ấy đã vào đây làm việc rồi.
勝： 自從公司成立，她就已經進來工作了。

Lan: Vậy công ty mình thành lập bao nhiêu năm rồi hả anh?
蘭: 那麼我們公司成立多少年了啊，哥哥？

Thắng: Mười sáu năm rồi.
勝: 十六年了。

Thu: Em phải hỏi chị, còn bao lâu nữa chị sẽ về hưu mới đúng.
秋: 妳要問我，還有多久就會退休才對。

Lan: Ôi, chị còn trẻ mà về hưu để làm gì?
蘭: 哇，妳還年輕，退休做什麼啦？

Từ mới 生詞

1. mệt 累的		2. uống 喝	
3. cho 給		4. ly / cốc 杯	
5. từ khi 自從		6. đến nay 到現在 / 至今	
7. lần đầu tiên 第一次 / 首次		8. thấy / nhìn thấy 看到	
9. than 嘆息 / 怨嘆		10. bao lâu 多久	
11. thành lập 成立		12. vào 進 / 在 / 的時候	
13. bao nhiêu 多少		14. năm 年 / 五	
15. phải 必要 / 必須		16. hỏi 問	
17 còn bao lâu nữa 還有多久		18. về hưu / nghỉ hưu 退休	
19. đúng 準確的 / 對的		20. trẻ 年輕的	

049

Bài 4 Công ty chúng ta thành lập bao lâu rồi?

B. Giải thích ngữ pháp
語法說明

1. 句型：chứ

當 chứ 出現在句尾時，通常用來回應別人的問題，但是帶有強調的、肯定的、乾脆的語氣，相當於中文「啊 / 呀」的意思。

例 **1. Tôi cảm thấy cái này đắt quá!**

我覺得這個很貴喔！

答 **Đâu có đâu. Rẻ chứ!**

沒有啦。便宜啊！

2. Anh muốn đi chơi với chúng tôi không?

你想跟我們去玩嗎？

答 **Đi chứ!**

去啊！

2. 句型：từ khi + 動詞 / 子句

từ khi 相當於中文的「自從」，出現在動詞或子句前方，表示主語自從進行某動作或行為後，將會有另一動作或行為發生。

例 **1. Từ khi thành lập công ty, anh ấy rất bận rộn.**

自從成立公司後，他很忙碌。

2. Từ khi về hưu, chị ấy thường đi du lịch.

自從退休後，她常去旅遊。

3. 句型：句子 / 片語 + **mới** + 動詞 / 形容詞

mới 在此句子中相當於中文的「才」，出現在動詞或是形容詞前方，表示前面的事情或狀態所呈現的內容，與 mới 後方的動詞或形容詞有關。也就是說，因為有 mới，前面的條件才會產生 mới 後面的結果。

例 **1. Sau khi nghỉ hưu nhiều năm tôi <u>mới</u> gặp lại anh ấy.**

退休多年之後我才再見到他。

2. Chị ấy ăn mặc trẻ <u>mới</u> thích hợp.

她穿著年輕才合適。

4. 句型：... **bao lâu?**

在此句子中，bao lâu 是疑問代詞，中文意思是「多久」。當 bao lâu 出現在句尾，是要問未來或問過去時間的長短，因此此時句子中會出現副詞 sẽ（將要）或 đã（已經）。

而 còn bao lâu nữa 則適用於想詢問主語，未來還需要再多久來進行某動作或行為，所以 còn bao lâu nữa 只能出現在句首，有時候 còn 可以省略。

例 **1. Bà sẽ ở đây khoảng <u>bao lâu</u>?** 您會在這裡大約多久？

答 **Dạ, khoảng 1 tiếng đồng hồ.** 是，大約 1 個小時。

2. Anh đã về hưu <u>bao lâu</u> rồi? 你已經退休多久了？

答 **Dạ, 5 tháng rồi.** 是，5 個月了。

3. <u>Còn bao lâu</u> nữa anh ấy sẽ đến? 還要再多久他才會來？

答 **Dạ, 30 phút nữa.** 是，再 30 分鐘。

5. 句型：bao nhiêu?

此句子中，bao nhiêu 是疑問代詞，相當於中文的「多少」，可以用來詢問與數字相關的句型，例如：錢、年齡、時間等。bao nhiêu 通常出現在要詢問的名詞前面。

例 **1. Cái này bao nhiêu tiền?**　這個多少錢？

　　答 **Dạ, 45.000 đồng.**　是，45,000 越南盾。

　　2. Xin hỏi, anh bao nhiêu tuổi?　請問，你幾歲？

　　答 **Dạ, tôi 30 tuổi.**　是，我 30 歲。

　　3. Hôm qua anh làm việc bao nhiêu tiếng đồng hồ?

　　昨天你工作多少個小時？

　　答 **Dạ, hôm qua tôi làm việc 8 tiếng ạ.**

　　是，昨天我工作 8 個小時。

6. 句型：某人、事、物 + mà + 動詞 / 形容詞 / 句子

會用到 mà 的語法非常多，在此句子中，mà 出現在某人、事、物後方，表示嫌棄或質疑前面所提的人、事、物，與 mà 後面的條件之內容（動詞 / 形容詞 / 句子）不符。

例 **1. Công việc này rất nhàn hạ mà chị còn cảm thấy mệt.**

　　這份工作很輕鬆，妳竟然覺得累！？

　　2. Chị ấy mặc như vậy mà đẹp.

　　她這樣穿叫做美！？

　　3. Cái này mà ngon.

　　這個叫做好吃！？

7. 句型：主詞 + **phải** + 動詞

phải 在此句子中是副詞，相當於中文的「必須、務必」，通常出現在動詞前方，表示主語必須進行某動作或行為，而聽的人也知道主語是非做不可的。有時候，也可以搭配 cần 在 phải 前面使用，此時有強調的意味。

例 1. **Tuy mệt, nhưng mẹ vẫn <u>phải</u> làm việc mỗi ngày.**

雖然累，但媽媽仍必須每天工作。

2. **Tôi <u>cần phải</u> uống một ly cà phê mới có thể làm việc.**

我必須喝一杯咖啡才可以工作。

Bài 4 Công ty chúng ta thành lập bao lâu rồi?

C. Bài luyện tập
練習

1. 請用「... chứ」的結構，結合所提示的詞彙，如 **có**、**quen**、**muốn**、**bận**、**gần** 來回應下列的問題：

   例如 Anh thích ăn phở bò không?
   → Dạ, thích chứ.

   (1.1) Hôm nay chị có đi làm không?

   (1.2) Anh muốn giải quyết vấn đề này sớm không?

   (1.3) Cửa hàng tiện lợi này không gần công ty lắm.

   (1.4) Hôm nay chị ấy không bận lắm.

   (1.5) Anh có quen chị Thu không?

2. 請用「... mà」的結構，來修飾下列的句子：

例如 **Ông Nam khỏe.**

→ **Ông Nam mà khỏe.**

(2.1) Lan nói làm như vậy có hiệu quả.

(2.2) Quán ăn bình dân này rẻ.

(2.3) Anh ấy có thể giải quyết vấn đề này.

(2.4) Sếp không bận rộn.

(2.5) Cửa hàng tiện lợi không tiện lợi.

3. 請用「... phải ...」或「... mới ...」，來填入下列的句子：

(3.1) Ngày mai bố mẹ _____ đi làm việc.

(3.2) Phải làm _____ có kinh nghiệm.

(3.3) Mẹ nói ăn nhiều _____ khỏe.

(3.4) Chị ấy xử lý nốt phần tài liệu này _____ được về nhà.

(3.5) Anh ấy _____ lên mạng tìm kiếm tài liệu.

4. 請再確認一次會話內容，並回答下列的問題（是非題）：

(4.1) (   ) Thu mới vào làm việc ở công ty.

(4.2) (   ) Công ty đã thành lập 6 năm rồi.

(4.3) (   ) Thu muốn uống một ly cà phê.

(4.4) (   ) Lan cảm thấy Thu chưa thích hợp về hưu.

(4.5) (   ) Lần đầu tiên Thắng thấy Thu than mệt.

5. 填空題（còn bao lâu nữa, bao nhiêu, cần phải, từ khi, mà）

(5.1) Thu cảm thấy mệt _____ uống một ly cà phê.

(5.2) Thu đã làm ở công ty _____ năm rồi?

(5.3) _____ về hưu, anh ấy thường cảm thấy không vui.

(5.4) _____ công ty sẽ được thành lập?

(5.5) Làm như vậy _____ mệt.

D. Bài đọc
課文

◀ MP3-015

Công ty thành lập đã được 16 năm rồi. Từ khi công ty thành lập thì Thu cũng đã làm việc ở đây, cho nên chị ấy được xem là nhân viên làm việc lâu năm và có nhiều kinh nghiệm nhất ở công ty. Vì có khả năng xử lý công việc nhanh gọn và hiệu quả, nên chị ấy được cấp trên tín nhiệm và giao cho chức vụ quan trọng. Ngoài ra Thu còn là một người hòa nhã và rất hòa đồng với mọi người, chị ấy còn rất biết cách ứng xử nên các đồng nghiệp ở công ty đều rất kính nể và yêu mến chị ấy.

Từ mới tham khảo 參考生詞

◀ MP3-016

1. được xem 被視為	2. nhất 最
3. khả năng 能力 / 可能	4. nhanh gọn 快速精準
5. cấp trên 上司	6. tín nhiệm 信任
7. chức vụ 職務	8. quan trọng 重要
9. ngoài ra 除此之外	10. hòa nhã 溫和 / 隨和
11. hòa đồng 融入 / 合群	12. mọi người 大家 / 所有人
13. cách ứng xử 應對方式	14. kính nể 敬佩 / 敬服
15. yêu mến 喜愛	

Bài 4 Công ty chúng ta thành lập bao lâu rồi?

1. 請閱讀課文後，再針對主題，用越南語表達你的想法。

2. 請確認以下的課文內容是否正確：

(2.1) (　　　) Thu đã làm việc ở công ty 16 năm rồi.

(2.2) (　　　) Cấp trên không tín nhiệm Thu lắm.

(2.3) (　　　) Cấp trên không muốn giao cho Thu chức vụ quan trọng.

(2.4) (　　　) Thu là một người hòa nhã và rất hòa đồng với mọi người.

(2.5) (　　　) Đồng nghiệp ở công ty đều rất kính nể và yêu mến Thu.

Anh có thể nói rõ về nghiệp vụ mà em sẽ phụ trách không?

你可以說明我將要負責的業務嗎？

A. Hội thoại
會話

Thắng: Công ty vừa thông báo em tạm thời chuyển qua bộ phận của anh phụ giúp đấy!

勝: 公司剛剛通知妳暫時轉到我的部門幫忙喔！

Lan: Vâng, em cũng vừa mới biết anh ạ.

蘭: 是，我也是剛剛才知道，哥哥。

Thắng: Đừng lo, bộ phận của anh nghiệp vụ không khó lắm đâu!

勝: 別擔心，我的部門的業務並不是很難啦！

Lan: Anh có thể nói rõ về nghiệp vụ mà em sẽ phụ trách không ạ?

蘭: 你可以說明我將要負責的業務嗎？

Thắng: Khi nào thì em sẽ dọn qua văn phòng bên đây?

勝: 什麼時候妳會搬來這邊的辦公室？

Lan: Dạ, ngày mai ạ.

蘭: 是，明天。

Thắng: Vậy thì ngày mai anh sẽ hướng dẫn em. Còn bây giờ thì em phải mang hồ sơ đến để cho sếp ký trước nhé!

勝: 那我明天會教妳。現在妳要先帶文件去給主管簽喔！

Lan: Vâng ạ.
蘭: 是的。

Thắng: Hẹn mai gặp lại nhé!
勝: 明天見喔！

Lan: Vâng, chào anh!
蘭: 是，再見！

Từ mới 生詞

◀ MP3-018

1.	vừa / mới / vừa mới 剛 / 剛剛	2.	thông báo 通知 / 通報
3.	tạm thời 暫時的	4.	chuyển qua 轉到
5.	bộ phận 部門	6.	phụ giúp 幫忙
7.	cũng 也	8.	biết 知道 / 會
9.	đừng 別 / 勿 / 不用	10.	lo 擔心
11.	nghiệp vụ 業務	12.	khó 難的
13.	đâu 啦（語氣助詞）	14.	có thể 可以 / 能
15.	nói rõ 說明	16.	phụ trách 負責
17.	khi nào 何時 / 什麼時候	18.	dọn qua 搬到
19.	văn phòng 辦公室	20.	bên đây 這裡
21.	hướng dẫn 指導 / 指引	22.	còn 還有 / 還 / 那麼（轉折詞）
23.	bây giờ 現在	24.	mang 帶 / 戴
25.	hồ sơ 文件 / 卷宗	26.	ký 簽

B. Giải thích ngữ pháp
語法說明

1. 句型：主語 + mới vừa / vừa mới + 動詞

mới vừa / vừa mới 在此句子中是副詞，相當於中文的「剛剛」，會出現在動詞前方，表示主語才剛進行某動作或行為。

例 **1. Ông ấy mới vừa phụ trách công việc mới.**

他剛剛負責新的工作。

2. Họ mới đi Việt Nam sáng nay.

他們今天早上剛去越南。

2. 句型：... đừng + 動詞 / 形容詞

đừng 在此句子中是副詞，相當於中文的「不要～」，會出現在動詞或是形容詞前方，表示說話的人勸告主語不要或勿進行某動作或行為。

例 **1. Anh nhớ đừng quên trả lời Email cho tôi nhé!**

你要記得不要忘了回我的 Email 喔！

2. Đừng buồn nữa!

不要再難過了！

3. 主語 + không + 形容詞 / 動詞 + đâu!

　　không ... đâu 相當於中文的「不……啦」，表示主語不要做某動作或行為，或是說明主語沒有某個能力，用於口語。đâu 在此句型中是語氣助詞，相當於中文的「啦」，通常放在句尾，而在 không 後方可能是形容詞或動詞。

例　**1. Bà ấy không có khả năng đâu!**

她沒有能力啦！

2. Chị ấy không biết anh đến đâu!

她不知道你來啦！

4. 句型：主語 + có thể + 動詞 / 形容詞 + không?

　　... có thể ... không? 相當於中文的「能否……呢？/ 可以……嗎？」，用於詢問主語能否進行某動作或行為。có thể 的後方通常是動詞或是形容詞。針對此類型的問題，回覆的答案沒有固定形式，須視問題情況選擇適合的答案。

例　**1. Em có thể giúp chị thông báo cho mọi người không?**

妳能否幫姊姊通知大家呢？

答　**Dạ, được ạ.**

是，可以啊。

2. Tôi có thể uống cà phê ở đây không?

我可以在這裡喝咖啡嗎？

答　**Dạ, được ạ. Xin anh cứ tự nhiên.**

是，可以啊。請自便。

3. Anh có thể cho tôi mượn một số tiền không?

你能否借我一些錢呢？

答　**Xin lỗi, dạo này tôi không tiện lắm.**

對不起，我最近不方便。

5. mà 的使用

　　mà 會出現在名詞的組合中，通常用來連接組合中之主要成分（名詞）與用來修飾主要名詞之子句。主要的名詞通常是一般的名詞，不適用人稱代名詞或有 này / đó / kia 的名詞詞組。在組合中，有時候 mà 也會被省略。

　　另外，mà 也會出現在否定的句子中，此時 mà 位在兩個行為之間，表示主語應該要進行 mà 前面的行為，但是主語卻不做反而去進行 mà 後面的行為，所以 mà 這時候相當於中文的「而」。若 mà 出現在句尾時，便是語氣助詞，相當於中文的「嘛」。

　　此外，mà 也會在口語中與 nhưng（可是、但是）、vì vậy（因此）、do đó（由此）搭配使用，而成為 nhưng mà（可是、但是）、vì vậy mà（因此）、do đó mà（由此），意思與原本的 nhưng、vì vậy、do đó 相同。不過在 nhưng mà 的句子中，有時候 nhưng 會被省略，所以 mà 這時就是「但是、可是」的意思。

例　**1. Bộ phận mà tôi làm việc có rất nhiều người.**

　　我工作的部門有很多人。

　　2. Tối nay mẹ không xem ti vi mà đi ngủ sớm.

　　今晚媽媽不看電視而提早去睡覺。

　　3. Anh ấy được cấp trên tín nhiệm là vì có khả năng mà!

　　他獲得上司的信任是因為有能力嘛！

　　4. Tuy đã có nhiều tiền (nhưng) mà anh ấy vẫn cố gắng làm việc.

　　雖然他已經有很多錢了，但他還是努力工作。

6. 句型：**Khi nào + 主語 + sẽ + 動詞 ?**
主語 + đã + 動詞 + khi nào?

　　khi nào 在疑問句中是疑問代詞，相當於中文的「何時／什麼時候」。如果 khi nào 出現在句首，表示詢問該行為或事情未來何時將會發生，通常與 sẽ（將會／將要）搭配使用。如果 khi nào 出現在句尾，表示詢問該行為或事情過去何時已發生，通常與 đã（已經）搭配使用。除了 khi nào 之外，也可以用 lúc nào、bao giờ、hồi nào、chừng nào，意思與 khi nào 一樣。不過 khi nào、lúc nào、bao giờ 可以問未來與過去何時該行為或事情發生，但是 hồi nào 只能問過去，而 chừng nào 只能問未來。

例 1. **Khi nào anh sẽ giải quyết vấn đề này?**

　　你什麼時候會解決這問題？

　　答 **Dạ, thứ bảy tuần này.**

　　　是，這週六。

2. **Họ đã đến công ty lúc nào?**

　　他們什麼時候到公司？

　　答 **Dạ, 10h00' sáng nay.**

　　　是，今早 10 點。

3. **Chừng nào họ sẽ về hưu?**

　　他們什麼時候會退休？

　　答 **Dạ, tháng sau.**

　　　是，下個月。

4. **Họ đã về hưu hồi nào?**

　　他們什麼時候退休的？

　　答 **Dạ, tháng trước.**

　　　是，上個月。

C. Bài luyện tập
練習

1. 請用「**... có thể ... không?**」的結構，結合所提示的詞彙來問問題：

例如　(giúp tôi mua một ly cà phê)

→ Nếu đi cửa hàng tiện lợi, anh có thể giúp tôi mua một ly cà phê không?

(1.1) (giải quyết vấn đề này)

(1.2) (giúp tôi lên mạng tìm tài liệu về Việt Nam)

(1.3) (giúp tôi đi cửa hàng tiện lợi mua cơm hộp)

(1.4) (nói rõ về nghiệp vụ này)

(1.5) (đến văn phòng gặp tôi)

2. 請用「**... khi nào**」的結構，來轉換下列的句子成疑問句：

例如 Bà Thanh đã về nhà sáng nay rồi.
　　→ Bà Thanh đã về nhà khi nào?

(2.1) Năm sau Thu sẽ đi Việt Nam làm việc.

(2.2) Ngày mai anh ấy sẽ hướng dẫn Lan về nghiệp vụ mới.

(2.3) Hôm qua họ đã gặp sếp rồi.

(2.4) Tối nay bố mẹ sẽ đi quán ăn Việt Nam ăn cơm.

(2.5) Cửa hàng tiện lợi đã mở 2 năm rồi.

3. 請用「**... mà**」的結構，來修飾下列的句子：

例如 Người tôi mới vừa gặp là ba của anh ấy.
→ Người mà tôi mới vừa gặp là ba của anh ấy.

(3.1) Anh ấy không đi làm, ở nhà ngủ.

(3.2) Hồ sơ anh ấy giao cho tôi rất quan trọng.

(3.3) Thôi, mẹ không uống đâu. Vì mẹ không thích cô ca.

(3.4) Công việc chị ấy phụ trách rất khó.

(3.5) Buổi trưa chị ấy không ăn cơm, uống cô ca.

4. 請再確認一次會話內容，並回答下列的問題（是非題）：

(4.1) (   ) Thắng cho rằng nghiệp vụ của bộ phận anh ấy rất khó.

(4.2) (   ) Lan muốn biết về nghiệp vụ mà em ấy phụ trách.

(4.3) (   ) Lan sẽ chuyển qua bộ phận mới phụ giúp.

(4.4) (   ) Thắng sẽ chỉ dẫn cho Lan về nghiệp vụ.

(4.5) (   ) Thắng không biết Lan sẽ chuyển qua bộ phận của mình.

5. 填空題（mà, vừa mới, khi nào, đừng, có thể）

(5.1) Người _____ có chức vụ quan trọng trong công ty là Thu.

(5.2) Thắng nói Lan _____ lo, vì mọi việc không khó.

(5.3) Hồ sơ này sếp đã ký _____ ?

(5.4) Anh ấy _____ đến công ty thì gặp sếp.

(5.5) Làm như vậy _____ giải quyết vấn đề không?

D. Bài đọc
課文

Lan tạm thời được chuyển sang làm việc ở bộ phận của Thắng, nên em ấy rất lo lắng vì vẫn chưa hiểu sẽ phụ trách việc gì. Thắng là một người có khả năng nghiệp vụ cao, nên anh ấy sẽ hướng dẫn Lan trong công việc. Tuy vậy Lan vẫn cho rằng mình cần phải học hỏi nhiều hơn mới có thể nắm bắt mọi việc nhanh chóng. Hôm nay Lan đã đến công ty rất sớm để xem các tài liệu có liên quan đến khách hàng. Em ấy còn ghi nhận tất cả các số điện thoại liên lạc của khách hàng vào trong máy tính của mình để tiện liên lạc.

Từ mới tham khảo 參考生詞　　　◀ MP3-020

1. chuyển sang 轉到	2. lo lắng / lo 擔心
3. hiểu 了解 / 理解	4. cao 高的
5. trong công việc 在工作上	6. nắm bắt 掌握
7. hôm nay 今天	8. sớm 早
9. xem 看（專注看某某）	10. các 各
11. có liên quan 有關的	12. khách hàng 客戶
13. ghi nhận 記載 / 記錄	14. số điện thoại 電話號碼
15. liên lạc 聯絡	16. máy tính / máy vi tính 電腦
17. tiện / tiện lợi 方便	

1. 請閱讀課文後，再針對主題，用越南語表達你的想法。

2. 請確認以下的課文內容是否正確：

(2.1) (　　　) Lan cảm thấy lo lắng vì tạm thời chuyển sang làm việc ở bộ phận của Thắng.

(2.2) (　　　) Thắng cảm thấy phiền vì phải hướng dẫn Lan trong công việc.

(2.3) (　　　) Lan cho rằng mình cần phải học hỏi nhiều hơn mới có thể nắm bắt mọi việc nhanh chóng.

(2.4) (　　　) Lan đến công ty rất sớm để chờ khách hàng.

(2.5) (　　　) Lan ghi nhận tất cả các số điện thoại liên lạc của khách hàng.

Bài 6
第 6 課

Em đi thăm khách hàng
我去拜訪客戶

A. Hội thoại
會話

◀ MP3-021

Thắng: Một tí nữa em phải đi thăm khách hàng, thành thử sẽ về muộn.

勝: 待會我要去拜訪客戶，因此會較晚回來。

Thu: Thế cuộc họp chiều nay em không tham gia sao?

秋: 那今天下午的會議你不參加嗎？

Thắng: Em sẽ cố gắng tranh thủ thời gian.

勝: 我會儘量爭取時間。

Thu: Cuộc họp chiều nay rất quan trọng, sếp chủ trì đấy!

秋: 今天下午的會議很重要，主管主持哦！

Thắng: Trời, nhưng mà khách hàng mới này cũng rất quan trọng mà!

勝: 天哪，但是這（位）新客戶也很重要嘛！

Thu: Khách hàng của em ở đâu?

秋: 你的客戶在哪裡？

Thắng: Dạ, ở Cao Hùng.

勝: 是，在高雄。

Thu:　Thôi, không sao đâu, có gì chị sẽ nói với sếp cho.

秋：　好啦，沒關係啦，有問題我會跟主管講的。

Thắng:　Chị làm ơn nói giúp em, nếu em về không kịp.

勝：　拜託妳幫我說，如果我來不及回來。

Thu:　Nếu về không kịp thì nhớ nhắn Line cho chị biết nhé!

秋：　如果來不及回來，記得 Line 給我知道喔！

Thắng:　Dạ, em biết rồi. Cảm ơn chị.

勝：　是，我知道了。謝謝妳！

Từ mới 生詞

◀ MP3-022

1.　một tí nữa 待會 / 等一下	2.　thăm / thăm viếng 拜訪
3.　thành thử 因此 / 所以	4.　về muộn 晚歸 / 晚回來
5.　cuộc họp 會議	6.　chiều nay 今天下午
7.　tham gia 參加	8.　cố gắng 努力 / 儘量
9.　tranh thủ 爭取	10.　thời gian 時間
11.　chủ trì 主持	12.　nhưng mà 但是
13.　Cao Hùng 高雄	14.　thôi 好啦 / 而已
15.　không sao đâu 沒關係啦	16.　làm ơn 勞駕 / 拜託
17.　giúp 幫忙	18.　không kịp 來不及
19.　nhắn Line　Line 留言（傳 Line 訊息）	

B. Giải thích ngữ pháp
語法說明

1. 句型：... thành thử ...

thành thử 在句子中是連接詞，出現在兩個子句之間，表示因果關係，相當於中文的「因此」。

例 **1. Chiều nay tôi phải đi Cao Hùng, <u>thành thử</u> không thể ăn cơm với anh.**

今天下午我要去高雄，因此不能跟你吃飯。

2. Tôi nhắn Line anh không trả lời, <u>thành thử</u> gọi điện thoại cho anh.

我 Line 留言（傳 Line 訊息）你沒有回覆，因此打電話給你。

2. 句型：主語 + 動詞 +（補語）+ đâu?

đâu? 在疑問句中相當於中文的「哪裡」，用於詢問主語前往哪裡或在哪裡，所以 đâu 可以搭配動詞 đi（去）、đến（到）、tới（到）、về（回）、ở（在）、tại（在）一起使用。

例 **1. Anh sẽ đi <u>đâu</u>?**

你要去哪裡？

2. Bà muốn đến <u>đâu</u>?

您想要到哪裡？

3. Nhà của ông ở <u>đâu</u>?

您的家在哪裡？

3. 句型：thôi

此句子中，thôi 可以出現在句首或是句尾。如果出現在句首，意思是語助詞「好啦 / 算啦」，用於口語對話中；而出現在句尾，則是意指「而已」。

例 **1. Thôi, không nói nữa, tôi phải đi đây!**

好啦！不多說了，我得走啦！

2. Tôi chỉ nói chơi thôi mà!

我只（是）開玩笑而已嘛！

4. 句型：làm ơn + 動詞 / 形容詞

làm ơn 在此句子中出現在動詞或形容詞的前方，相當於中文的「勞駕 / 拜託」，表示主語想麻煩或拜託某人幫忙，或是請某人配合進行某動作或行為。

例 **1. Làm ơn cho hỏi, anh Thắng có ở đây không ạ?**

請問勝哥有在這裡嗎？

2. Làm ơn đi đi!

拜託走吧！

5. 句型：Nếu + 動詞 / 子句 1 + thì + 子句 2

Nếu ... thì ... 相當於中文的「如果 / 假如……就……」，通常在 nếu 後方的會是動詞或子句 1，而在 thì 後方的會是子句 2，表示 nếu 和 thì 兩個子句間的因果關係。

例 **1. Nếu anh không tham gia thì Line cho chị ấy biết nhé!**

如果你不參加，就 Line 給她知道喔！

2. Nếu khách hàng không hài lòng thì anh phải giải quyết.

如果客戶不滿意，你就要解決。

3. Nếu cố gắng, thì anh sẽ thành công.

如果努力，你就會成功。

C. Bài luyện tập
練習

1. 請用「... đâu?」的結構，把下列的句子改為疑問句：

   例如　**Mẹ đi về nhà. → Mẹ đi đâu?**

   (1.1) Anh ấy ăn phở bò ở quán ăn Việt Nam.

   (1.2) Chiều nay anh Thắng sẽ đi Cao Hùng.

   (1.3) Anh ấy có nhiều khách hàng ở Đài Nam.

   (1.4) Chị ấy đã đến văn phòng gặp sếp.

   (1.5) Anh Nam về nhà thăm cha mẹ.

2. 請用「... thành thử」的結構，來修飾下列的句子：

   例如　Mẹ không khỏe tôi phải nấu ăn.

   　　　→ **Mẹ không khỏe, thành thử tôi phải nấu ăn.**

(2.1) Tôi là người mới phải cố gắng làm việc.

(2.2) Bố đã về hưu thích đi du lịch.

(2.3) Em ấy không hiểu công việc mới rất lo lắng.

(2.4) Vì quá bận rộn chị ấy cảm thấy rất mệt.

(2.5) Không có Line không liên lạc được với khách hàng.

3. 請用「nếu ... thì」的結構，來修飾下列的句子：

例如 Hôm nay có thời gian, anh ấy về nhà ăn cơm.
→ Nếu hôm nay có thời gian, thì anh ấy sẽ về nhà ăn cơm.

(3.1) Được hướng dẫn, em ấy sẽ làm tốt.

(3.2) Chị ấy về muộn, mẹ sẽ rất lo lắng.

(3.3) Có khả năng, mọi người sẽ tín nhiệm.

(3.4) Bận rộn, chị ấy sẽ quên ăn cơm.

(3.5) Không có thời gian, tôi sẽ không về thăm nhà.

4. 請再確認一次會話內容，並回答下列的問題（是非題）：

(4.1) (　　　　) Thắng đi Cao Hùng thăm khách hàng mới.

(4.2) (　　　　) Chiều nay công ty có cuộc họp quan trọng.

(4.3) (　　　　) Thắng sợ về không kịp tham gia cuộc họp chiều nay.

(4.4) (　　　　) Thu không muốn giúp Thắng nói với sếp.

(4.5) (　　　　) Thắng không dùng Line liên lạc với Thu.

5. 填空題（làm ơn, thành thử, thôi, đâu, nếu）

(5.1) _____ về không kịp thì tôi sẽ gọi điện thoại cho mẹ.

(5.2) Tôi về muộn _____ mẹ rất lo lắng.

(5.3) _____ bây giờ tôi phải liên lạc với khách hàng.

(5.4) Anh ấy vừa mới đi _____ vậy?

(5.5) _____ nói cho tôi biết đi!

D. Bài đọc
課文

◀ MP3-023

Trong mỗi công ty, Bộ phận nghiệp vụ luôn luôn là bộ phận quan trọng nhất. Làm việc ở bộ phận này thông thường áp lực rất cao vì thành tích nghiệp vụ đòi hỏi mọi người ngoài phải có đầu óc chiến lược ra còn phải nhạy bén với tình hình thay đổi của thị trường và khả năng giao tiếp với khách hàng nữa. Thắng đã làm ở bộ phận này nhiều năm, anh ấy rất giỏi về nghiệp vụ. Số lượng khách hàng mà anh ấy có rất nhiều, để giữ mối quan hệ tốt với khách hàng, anh ấy thường xuyên đi thăm viếng khách hàng.

Từ mới tham khảo 參考生詞
◀ MP3-024

1. mỗi 每 (一個)	2. luôn luôn 總是
3. thông thường 通常	4. áp lực 壓力
5. thành tích 成績	6. đòi hỏi / yêu cầu 要求
7. ngoài ... ra 除了……以外	8. đầu óc 頭腦
9. chiến lược 戰略 / 策略	10. nhạy bén 敏銳的
11. tình hình 情形 / 情況	12. thay đổi 改變
13. thị trường 市場	14. giao tiếp 交際 / 談話 / 溝通
15. giỏi về 擅長於	16. số lượng 數量
17. giữ 維持 / 顧好	18. mối quan hệ 關係
19. thường xuyên 經常	

1. 請閱讀課文後，再針對主題，用越南語表達你的想法。

2. 請確認以下的課文內容是否正確：

(2.1) (　　　) Bộ phận nghiệp vụ luôn luôn là bộ phận quan trọng nhất trong một công ty.

(2.2) (　　　) Người có đầu óc chiến lược và nhạy bén với tình hình thay đổi của thị trường mới có thể làm việc ở Bộ phận nghiệp vụ.

(2.3) (　　　) Thắng chỉ làm việc ở Bộ phận nghiệp vụ vài năm thôi.

(2.4) (　　　) Thắng có rất nhiều khách hàng.

(2.5) (　　　) Anh ấy thường xuyên đi thăm viếng khách hàng để giữ mối quan hệ tốt với họ.

Bài 7

第 7 課

Em đang cố làm xong báo cáo ngày mai

我在趕明天的報告

A. Hội thoại
會話

◀ MP3-025

Thu: Lan ơi, tối nay chúng ta phải tăng ca đấy!
秋： 蘭啊，今晚我（咱）們要加班喔！

Lan: Vâng, không những phải tăng ca mà em còn phải làm cho xong báo cáo chị ạ.
蘭： 是，不但要加班，而且我還要趕完報告啊，姊姊。

Thu: Báo cáo của buổi họp ngày mai hả?
秋： 明天會議的報告啊（是嗎）？

Lan: Vâng. Em đang cố làm xong báo cáo ngày mai đây ạ!
蘭： 是。我正在努力完成明天的報告喔！

Thu: Thắng có gửi những số liệu mới cho em không?
秋： 勝有寄一些新的數據給妳嗎？

Lan: Anh ấy nói máy tính của anh ấy có vấn đề. Một tí nữa mới gửi cho em được.
蘭： 他說他的電腦有點問題。待會兒才能寄給我。

Thu: Những số liệu mà em ấy gửi cho em, em nên đưa vào báo cáo nhé!
秋： 他寄給妳的數據，妳都應該要放進報告裡喔！

Lan: Vâng, mà chị ơi, ngày mai phải in mấy bản báo cáo hả
        chị?
蘭：   是，姊姊啊，明天要影印幾份報告啊，姊？

Thu: Mười bản là đủ rồi.
秋：   十份就夠了。

Lan: Vâng ạ.
蘭：   是的。

Từ mới 生詞

◀ MP3-026

1.	tối nay 今晚	2.	tăng ca 加班
3.	không những 不但	4.	xong 完畢 / 完成
5.	báo cáo 報告	6.	đang 正在
7.	cố làm xong 趕完 / 努力完成	8.	đây 這 / 喔
9.	gửi 寄	10.	số liệu 數據
11.	vấn đề 問題	12.	nên 應該 / 所以
13.	đưa vào 放進來 / 帶進去	14.	in 影印
15.	mấy 幾 / 一些	16.	bản 份
17.	đủ 足夠的 / 夠的		

Bài 7　Em đang cố làm xong báo cáo ngày mai

B. Giải thích ngữ pháp
語法說明

1. 句型：không những ... mà còn ... nữa

在此句型中，không những ... mà còn ... 是連接詞，相當於中文的「不但⋯⋯ 還⋯⋯」，而 nữa 是語氣助詞，有時可以省略。在 không những ... mà còn ... 後方通常是動詞或形容詞，表示主語不但要進行某動作或行為，還要另外再進行某動作或行為，也就是強調行為的堆疊、加強。

例 **1. Anh ấy không những giỏi mà còn rất đẹp trai nữa.**
他不但優秀，還很帥。

2. Chị ấy không những cố gắng làm việc mà còn rất có khả năng.
她不但努力工作，還很有能力。

2. 句型：句子 + (hả) phải không?

此句型是一種確認性的疑問句結構。... phải không 相當於中文的「⋯⋯是嗎？」，用來確認前面所提的內容。

在口語方面，可以用 à 或 hả（啊）來代替 phải không。而在回答部分，都用 phải 或 không phải 來答覆肯定或否定即可。

另外，hả 若出現在其他疑問句中，則只是扮演語氣助詞的角色，相當於中文的「啊 / 呀」。

例 **1. Hôm qua chị phải tăng ca, phải không?**
妳昨天加班是嗎？

答 肯定：**Dạ, phải.** 是。
否定：**Dạ, không phải.** 不是。

2. Bây giờ anh phải làm báo cáo hả?

你現在要做報告啊？

答 肯定：**Dạ, phải.** 是。

　　否定：**Dạ, không phải.** 不是。

3. 句型：... 動詞 / 形容詞 + **được**

được 在此句子中出現在動詞或形容詞後方，相當於中文的「可以做得到…… / 做得了……」，表示主語可以做得到或做得了某動作、行為，或是可以變成某狀態等。

例 **1. Anh ấy không tìm được tài liệu về nghiệp vụ mới.**

他找不到關於新業務的資料。

2. Mẹ nấu được phở bò Việt Nam.

媽媽可以煮（得出）越南牛肉河粉。

4. 句型：... **nên** + 動詞 / 形容詞

nên 在句子中是副詞，出現在動詞或形容詞前方，表示勸告或建議主語「應該」進行某動作或行為。

例 **1. Anh nên cố gắng tranh thủ thời gian về nhà ăn cơm với mẹ.**

你應該儘量抽出時間回家陪媽媽吃飯。

2. Chị nên ngủ sớm mỗi ngày.

妳應該每天早點睡覺。

5. 句型：... mấy ...?

mấy 在此句子中是疑問代詞，出現在名詞前面，用來詢問該名詞的內容，相當於中文的「幾……？」。如果它後面的名詞本來就屬於有量詞的名詞，使用時就應加進量詞。

例 **1. Hôm nay có <u>mấy</u> người đến đây?**

今天有幾個人來這裡？

2. Chị phải làm <u>mấy</u> bản báo cáo?

妳要做幾份報告？

6. những 的使用

những 相當於中文的「一些」，通常出現在指定名詞（或名詞的組合）前方，用來表示複數。những 後面的名詞如果本來就屬於有量詞的名詞，使用時就應加進量詞。

另外，những 可以搭配疑問代詞 nào、ai、gì、đâu（疑問代詞 nào 通常都要與某個名詞結合，才能扮演疑問代詞的角色，如：những bản báo cáo nào）來問問題，一樣也是表示複數。還有 những 如果出現在數字前方時，是強調該數量在那情況下算是很多的意思，相當於中文的「多達」。

例 **1. Tôi có một vài người bạn Việt Nam, <u>những</u> người bạn Việt Nam này đang làm việc ở Đài Bắc.**

我有幾位越南朋友，這些越南朋友正在台北工作。

2. Mẹ nói <u>những</u> người thích cuộc sống gia đình thường kết hôn sớm.

媽媽說喜歡家庭生活的人通常早婚。

3. Hôm qua <u>những</u> người nào đã không đến?

昨天哪些人沒來？

4. Bà ấy có <u>những</u> 3 công ty ở Đài Bắc.

她在台北有多達 3 家公司。

7. 句型：句子 + **là** + 心理活動的動詞 / 形容詞 + **rồi.**

    là ... rồi 在句子中相當於中文的「就……了」，通常放在 là 和 rồi 之間的是心理活動的動詞或形容詞，且此類心理活動的動詞 / 形容詞通常都是正面的。此外，là 前面的子句通常是說明某內容，而 là 後面的心理活動的動詞 / 形容詞都是用來表示接納、支持、同意該內容。

例 **1. Anh làm như thế <u>là</u> đúng <u>rồi</u>.**

    你這麼做就對了。

 2. Mẹ nghe điện thoại của bố <u>là</u> vui <u>rồi</u>.

    媽媽聽到爸爸的電話就開心了。

 3. Em ấy được đi chơi <u>là</u> thích <u>rồi</u>.

    他可以去玩就開心了。

（右側標籤）Bài 7   Em đang cố làm xong báo cáo ngày mai

C. Bài luyện tập
練習

1. 請用「**... những**」的結構，來修飾下列的句子：

例如　Ngày đi làm, anh ấy đều ăn trưa ở quán ăn Việt Nam.
　　　→ Những ngày đi làm, anh ấy đều ăn trưa ở quán ăn Việt Nam.

(1.1)　Ông ấy có 8 chiếc xe ô tô.

(1.2)　Chiều nay anh Thắng sẽ đi Cao Hùng với ai?

(1.3)　Công ty đầu tư ở đây đều rất lớn.

(1.4)　Ngày nào chị có thể đến gặp tôi?

(1.5)　Đồng nghiệp lâu năm trong công ty rất có kinh nghiệm.

2. 請用「**... không những ... mà còn**」的結構，來修飾下列的句子：

例如　Mẹ phải đi làm việc nấu ăn cho cả nhà.
　　　→ Mẹ không những phải đi làm việc mà còn nấu ăn cho cả nhà.

(2.1) Chị ấy đẹp giỏi nữa.

(2.2) Bố đi du lịch đi thăm bạn bè.

(2.3) Em ấy tăng ca làm cho xong báo cáo.

(2.4) Máy tính có vấn đề in không được tài liệu.

(2.5) Vấn đề này khó nhiều.

3. 請用「là ... rồi」的結構，結合所提示的詞彙，如：yên tâm（放心）、đủ（足夠）、mãn nguyện（心滿意足）、được（可以）、vui（開心）、tốt（好），來修飾下列的句子：

例如 Anh ấy cảm thấy được ở nhà ngủ

提示詞彙：**mãn nguyện**（心滿意足）

→ **Anh ấy cảm thấy được ở nhà ngủ là mãn nguyện rồi.**

(3.1) Anh ấy nghĩ có công việc tốt

(3.2) Mẹ nói chị ấy không về muộn

(3.3) Anh ấy hiểu tôi

(3.4) Giữ quan hệ tốt với khách hàng

(3.5) Tôi có thể đi chơi với anh ấy

4. 請再確認一次會話內容，並回答下列的問題（是非題）：

(4.1) (　　　　) Hôm nay Thu và Lan phải tăng ca.

(4.2) (　　　　) Lan không cần phải làm báo cáo.

(4.3) (　　　　) Máy vi tính của Lan có vấn đề.

(4.4) (　　　　) Lan cần in 10 bản báo cáo.

(4.5) (　　　　) Thắng chưa gửi số liệu mới cho Lan làm báo cáo.

5. 填空題（những, mấy, nên, được, là）

(5.1) _____ người mà hôm qua tăng ca, hôm nay đều được về sớm.

(5.2) Anh đã liên lạc với _____ người khách hàng rồi?

(5.3) Tôi đã in _____ 10 bản báo cáo rồi.

(5.4) Anh ấy về nhà ăn cơm _____ mẹ vui rồi.

(5.5) Anh không _____ tăng ca quá nhiều.

D. Bài đọc
課文

Công ty vào những ngày cuối năm thường rất bận rộn, mọi người thường phải tăng ca. Lan không thích tăng ca vì em ấy cảm thấy tăng ca là một việc rất mệt mỏi và vì nhà của em ấy ở rất xa nơi làm việc, nên em ấy luôn cố gắng làm hết mọi việc trong giờ làm việc, nhưng đó là một việc rất khó làm được. Dạo này Lan đã tăng ca liên tiếp nhiều ngày, em ấy muốn được nghỉ ngơi và ngủ bù. Vì vậy vào ngày chủ nhật em ấy không đi đâu cả, chỉ ở nhà và ngủ.

Từ mới tham khảo 參考生詞

◀ MP3-028

1. ngày cuối năm 年底期間	2. việc 事 / 事情
3. mệt mỏi 疲勞的	4. xa 遙遠
5. nơi làm việc 工作的地方	6. làm hết 做完
7. trong giờ làm việc 上班時間	8. khó làm được 難做得到的
9. dạo này 最近	10. liên tiếp 連續的
11. nghỉ ngơi 休息	12. ngủ bù 補眠
13. ngày chủ nhật 星期日	14. không đi đâu cả 沒去任何哪裡
15. ở nhà 在家	16. ngủ 睡覺

1. 請閱讀課文後，再針對主題，用越南語表達你的想法。

2. 請確認以下的課文內容是否正確：

(2.1) (　　　) Mọi người trong công ty thường tăng ca vào những ngày cuối năm.

(2.2) (　　　) Lan không thích tăng ca vì tăng ca không có tiền.

(2.3) (　　　) Lan luôn cố gắng làm hết mọi việc trong giờ làm việc.

(2.4) (　　　) Dạo này Lan tăng ca rất nhiều ngày, em ấy muốn được nghỉ ngơi.

(2.5) (　　　) Chủ nhật Lan không đi đâu cả, chỉ ở nhà và ngủ.

Bài 8
第 8 課

Em muốn xin nghỉ phép
我想請假

A. Hội thoại
會話

Lan: Chị ơi, tuần sau em muốn xin nghỉ phép, được không chị?
蘭：　姊姊，下週我想請假，可以嗎，姊？

Thu: Sao lại xin nghỉ phép vào lúc này?
秋：　為何又在這時候請假？

Lan: Vì chị gái của em kết hôn, vả lại đã lâu em không về thăm nhà rồi.
蘭：　因為我姊姊要結婚，加上我已經很久沒回家看家人了。

Thu: Vậy sao? Vì cuối năm công việc bề bộn sếp sẽ cằn nhằn đấy!
秋：　這樣嗎？因為年底工作繁忙，主管會碎碎唸喔！

Lan: Em biết, cho nên em chỉ xin nghỉ phép 3 ngày thôi.
蘭：　我知道，所以我只請假 3 天而已。

Thu: Ừ, vậy chị vừa làm vừa tranh thủ giúp việc của em, em nhớ về sớm nhé!
秋：　嗯，那我一邊工作，一邊爭取時間幫忙處理妳的事，妳記得早點回來喔！

Lan: Thật ngại quá em lại phiền chị. Em sẽ mang đặc sản về cho chị.
蘭：　真不好意思，我又麻煩妳了。我會帶特產回來給妳。

Thu: Thôi, khỏi đi. Chị đang giảm cân.
秋： 不用啦，免了吧！我在減重。

Lan: Giảm cân gì mà giảm cân. Chị gầy thế này rồi!
蘭： 減什麼重啦。妳這麼瘦了啊！

Thu: Chỉ giỏi nói ngọt thôi!
秋： 嘴真是甜啊！

Từ mới 生詞

1. tuần sau 下週
2. muốn 想要
3. xin nghỉ phép 請假
4. sao 為何 / 嗎 / 怎麼樣 / 星星
5. lại 又
6. lúc này 此時 / 這時候
7. vì 因為
8. chị gái 親姊姊
9. kết hôn 結婚
10. vả lại / hơn nữa 加上 / 而且
11. lâu 久
12. thăm nhà 看家人
13. vậy sao 這樣嗎
14. cuối năm 年底
15. công việc 工作
16. bề bộn 繁忙
17. cằn nhằn 抱怨 / 碎碎唸
18. cho nên 所以
19. chỉ 只 / 指
20. về sớm 盡早回來
21 thật ngại quá 真不好意思
22. phiền 麻
23. đặc sản 特產
24. khỏi 不用 / 免了
25. giảm cân 減重 / 減肥
26. gầy 瘦的
27. thế này 這樣
28. giỏi 棒的 / 優秀的
29 nói ngọt 嘴甜 / 說甜言蜜語

B. Giải thích ngữ pháp
語法說明

1. 句型：... được không?

在句子中，được không 是疑問代詞，相當於中文的「行嗎 / 好嗎 / 可以嗎」，用於主語詢問對方是否同意或允許主語想進行的某動作或行為。所以在這樣的句子裡，通常主語會提出自己的需求，並在後方加上 được không。

回答此問題時，如果是對晚輩，就以簡單的 được（行啊 / 好啊 / 可以啊）或 không được（不行 / 不好 / 不可以）來回答。但如果面對的是長輩或需要客氣、尊重的人，則必須在否定或是肯定的答覆中添加一些禮貌用語，例如：Dạ, được ạ.（是的，可以。）、Dạ, xin mời.（是的，請。）、Dạ, không tiện lắm.（是的，不是挺方便。）、Xin lỗi, không được ạ.（對不起，不可以啊！）。

例 **1. Hôm nay tôi về sớm một chút, <u>được không</u>?**

今天我早一點下班（回去），可以嗎？

答 **Dạ, được.**

好，可以。

2. Con đi chơi với bạn, <u>được không mẹ</u>?

我跟朋友出去玩可以嗎，媽媽？

答 **Không được, tối lắm rồi.**

不行，太晚了。

2. 句型：sao ... lại + 動詞 / 形容詞

sao ... lại 在此句子中是疑問代詞，出現在句首且在動詞或是形容詞前方，相當於中文的「為何又……」，除了用來詢問主語為何會有這樣的行為或狀態等原因外，還帶有驚訝的意味。如果有具體的主語，那麼主語會在 sao ... lại 之間。

1. Sao lại nói như vậy?

為何又這麼說？

2. Sao anh lại không muốn kết hôn với chị ấy?

為何你又不想跟她結婚？

3. 句型：... vả lại / hơn nữa ...

vả lại / hơn nữa 在此句子中是連接詞，出現在兩個子句之間，相當於中文的「加上 / 而且」，表示主語進行 vả lại 前面的動作或行為與 vả lại 後面的行為是互相影響的。有時可以搭配語氣助詞 nữa 在句尾，有強調的意味。

例 **1. Chị ấy đã giảm cân thành công, vả lại chị ấy cũng ăn rất ít nữa.**

她已減重成功，加上她也吃很少。

2. Tôi phải tăng ca, hơn nữa cuối năm công việc rất bề bộn.

我要加班，而且年底工作很繁忙。

4. 句型：vừa + 動詞 / 形容詞 + vừa + 動詞 / 形容詞

vừa ... vừa ... 在句型中，會出現在動詞或形容詞前方。若 vừa ... vừa ... 出現在動詞前方，相當於中文的「一邊……一邊……」，表示主語一邊進行某動作或行為，同時一邊又進行另一動作或行為。若 vừa ... vừa ... 出現在形容詞前方，則相當於中文的「又……又……」，表示主語兼具多種特質，此時有時候會在 vừa 後方會加 lại，有強調的意味。

例 **1. Mẹ vừa dọn dẹp phòng cho em trai vừa cằn nhằn em ấy.**

媽媽一邊打掃弟弟的房間，一邊碎唸他。

2. Chị ấy vừa đẹp lại vừa thông minh.

她又漂亮又聰明。

5. 句型：主語 + 動詞（行動的動詞）+ lại.
主語 + lại + 動詞 .

lại 在此句子中是副詞，出現在行動的動詞後方，表示主語再重新進行某動作或行為（因主語對之前所做的行為或動作感到不夠完整或不如意之緣故），相當於中文的「再」。

若 lại 在動詞前方，則相當於中文的「又」，表示主語又重複再繼續進行某動作或行為。另外，此句子的口語說法，通常會搭配 nữa rồi，這時是指「又再……了啦」。

例 **1. Xin anh vui lòng nói lại một lần nữa.**

請你再說一遍。

2. Họ lại muốn xin nghỉ phép.

他們又想再請假。

3. Anh ấy lại cằn nhằn nữa rồi.

他又再次抱怨了啦！

6. 句型：... gì mà ...

... gì mà ... 在此句子中出現在兩個同質性的詞類之間，用來強調否定某個事情或狀態，相當於中文的「什麼……啊」。

例 **1. Chị ấy mà đẹp. Đẹp gì mà đẹp!**

她是美（她這叫做美）。美什麼美啊！

2. Chị là ca sĩ hả? Hát hay thế!

妳是歌手，對嗎？唱那麼好聽！

回應：**Ca sĩ gì mà ca sĩ. Hát cho vui thôi!**

歌手什麼歌手啊！唱好玩而已！

C. Bài luyện tập
練習

1. 請用「... **gì mà** ...」的結構，來回應下列的句子：

   例如 **Anh ấy đã kết hôn rồi phải không?**

   → **Kết hôn gì mà kết hôn.**

   (1.1) Chị ấy gầy quá!

   (1.2) Mẹ có cần nhắn anh không?

   (1.3) Sao anh lại về muộn thế?

   (1.4) Mọi người đều nói anh ấy giỏi lắm.

   (1.5) Hôm nay anh làm việc mệt lắm phải không?

2. 請用「**... vả lại ...**」的結構，來修飾下列的句子：

例如 Thu cần phải nghỉ phép đã không khỏe nhiều ngày rồi.

→ Thu cần phải nghỉ phép, vả lại chị ấy đã không khỏe nhiều ngày rồi.

(2.1) Chị ấy muốn về thăm nhà đã lâu không về.

(2.2) Mẹ muốn về hưu cũng không còn trẻ nữa.

(2.3) Em ấy phải ăn nhiều một chút em ấy cũng quá gầy.

(2.4) Chị không thích về muộn mẹ sẽ lo lắng.

(2.5) Chị ấy không đi đâu cả chị ấy cũng không thích đi chơi.

3. 請用「**vừa ... vừa ...**」的結構，來修飾下列的句子：

例如 Anh ấy làm việc uống cà phê.

→ Anh ấy vừa làm việc vừa uống cà phê.

(3.1) Bố thích ăn cơm xem ti vi.

(3.2) Mẹ nói chị giỏi cố gắng.

(3.3) Cửa hàng tiện lợi gần nhà tiện lợi.

(3.4) Chị ấy làm việc nghe điện thoại.

(3.5) Anh ấy dùng máy vi tính liên lạc với khách hàng.

4. 請再確認一次會話內容，並回答下列的問題（是非題）：

(4.1) (   ) Lan muốn xin nghỉ phép 5 ngày.

(4.2) (   ) Lan xin nghỉ phép để kết hôn.

(4.3) (   ) Thu sẽ vừa làm việc vừa giúp việc của Lan.

(4.4) (   ) Thu muốn giảm cân.

(4.5) (   ) Lan cảm thấy Thu không cần giảm cân.

5. 填空題（vả lại, được không, lại, sao lại, vừa）

(5.1) Anh ấy _____ đi và vừa nói điện thoại.

(5.2) _____ không muốn đi chơi?

(5.3) Mẹ _____ cằn nhằn vì anh ấy về muộn.

(5.4) Anh ấy xin nghỉ phép một ngày _____ ?

(5.5) Tôi muốn ngủ vì mệt rồi _____ hôm nay có tăng ca nữa.

D. Bài đọc
課文

◀ MP3-031

Mỗi năm công ty đều cho phép nhân viên được nghỉ phép năm, vì là nhân viên lâu năm nên Thu được công ty cho nghỉ phép năm 30 ngày. Tuy vậy vào những ngày nghỉ phép chị ấy thường không làm gì đặc biệt cả, chỉ ở nhà nghỉ ngơi hoặc đi du lịch vài ngày với người thân. Đa phần thời gian còn lại chị ấy sẽ đọc sách hoặc xem một vài bộ phim hay. Có khi chị ấy sẽ đi dạo phố và mua sắm một ít quần áo mới cho bản thân và người trong gia đình.

Từ mới tham khảo 參考生詞

◀ MP3-032

1. cho phép 允許	2. nghỉ phép năm 年假
3. không làm gì cả 沒做任何什麼	4. đặc biệt 特別
5. hoặc 或是	6. vài ngày 幾天
7. người thân 親人	8. đa phần 大部分
9. còn lại 剩下的 / 其餘的	10. đọc sách 閱讀
11. một vài 一些 / 幾個	12. bộ 部
13. phim 電影	14. hay 好看的 / 精彩的
15. có khi 有時候	16. đi dạo phố 去逛街
17. mua sắm 購物	18. một ít 一點 / 一些些
19. quần áo 衣物 / 衣服	20. bản thân 自己本身
21. người trong gia đình 家中的人	

1. 請閱讀課文後，再針對主題，用越南語表達你的想法。

2. 請確認以下的課文內容是否正確：

(2.1) (　　　) Công ty đều cho phép nhân viên được nghỉ phép năm.

(2.2) (　　　) Nhân viên làm việc lâu năm được nghỉ 30 ngày phép năm.

(2.3) (　　　) Khi được nghỉ phép có khi Thu chỉ ở nhà nghỉ ngơi hoặc đi du lịch vài ngày.

(2.4) (　　　) Thu không thích đọc sách hoặc xem phim khi nghỉ ở nhà.

(2.5) (　　　) Có khi được nghỉ Thu cũng đi dạo phố và mua sắm một ít quần áo.

Bài 8　Em muốn xin nghỉ phép

附錄

詞彙表

A

ạ 啊（禮貌的語助詞）

ái ngại 憐憫

anh 你 / 哥哥 / 先生

anh ấy 他

áo dài 越南長衫

áo khoác 大衣

áp lực 壓力

Ă

ăn 吃

ăn khuya 吃宵夜

ăn mặc 穿著

ăn trưa 吃中餐

ăn uống 飲食

Â

âu yếm 疼愛 / 恩愛

ấy 那

B

ba 爸爸 / 三

ba lô 背包

ba má 爸媽

bà xã 老婆

bà ngoại 外婆

bác sĩ 醫生

bản 份

bản lĩnh 本領 / 本事

bản thân 自己本身

bánh mì 麵包

bánh tráng 米薄餅 / 春捲餅

bao lâu 多久

bao nhiêu 多少

báo cáo 報告

bảo đảm 擔保

bạo lực 暴力

bảy 七

băn khoăn 焦慮 / 不安

bắt buộc 必要 / 強迫

bậc cửa 門檻

bận 忙碌的

bận rộn 忙碌的

bâng khuâng 躊躇

bây giờ 現在

bé xíu 小小的 / 微小

bẽn lẽn 靦腆

bê 小牛

bề bộn 繁忙

bên đây 這邊

bên trên 上面

bến xe 公車站

bệnh nhân 病人

bêu xấu 出人家的醜

bi 彈珠

bí ngô 南瓜

biện pháp 辦法

biết 知道 / 會

bình dị 平易近人 / 樸實

bình đẳng 平等

bình tĩnh 冷靜

bọn mình 咱們

bố mẹ 爸媽

bố trí 安排 / 陳設 / 佈置

bộ 部

bộ phận 部門

bộ phận nhân sự 人事部門

bốn 四

bột ngọt 味精

bơ 奶油

bởi vì 因為

bớt giá 降價

buổi chiều 下午

buổi sáng 早上

buổi sáng sớm 清晨

buổi tối 晚上

buổi trưa 中午

buồn tẻ 無聊

búp bê 洋娃娃

bữa trưa 午餐

bực tức 氣憤

bướu cổ 頸上肉瘤

C

ca 唱

ca hát 唱歌

ca khúc 歌曲

ca sĩ 歌手

cá tính （有）個性

cá tươi 鮮魚

cà phê 咖啡

cả nhà 全家

các 各

cách thức 方式

cách ứng xử 應對方式

cái chum 大瓮

cái đĩa 碟子 / 盤

cái lưỡi 舌頭

cái miệng 嘴巴

cái thìa 湯匙

cám ơn 謝謝

cảm kích 感激

cảm ơn 謝謝

cảm thấy 覺得

cảnh đẹp 美景

cao 高的

cao cấp 高級

Cao Hùng 高雄

căn dặn 叮嚀

cây viết 筆

cấp trên 上司

cha 父

chả giò 炸春捲

chai bia 啤酒

chào 你好 / 再見 / 打招呼

chào hỏi 打招呼

cháy khét 燒焦

chạy bộ 跑步

chạy thoát 逃脫 / 逃走

chăm chỉ 用功

chẳng bao lâu sau 沒多久後

chân thành 真誠 / 誠摯

chân thật 真心 / 老實

che 擋住

chê 嫌棄

chênh lệch 差 / 有差別的

chi tiêu 開支

chí khí 志氣

chỉ bảo 指導 / 指點 / 指教

chỉ 只 / 指

chỉ dạy 指教

chị 妳 / 姊姊 / 小姐

chị cả 大姊

chị gái 親姊姊

chia sẻ 分享

chìa khóa 鑰匙

chiến lược 戰略 / 策略

chiều nay 今天下午（今下）

chim yến 燕子

chín 九

chín chắn 穩重

chinh phục 征服

cho 給 / 為了

cho nên 所以

cho phép 允許

cho rằng 認為

chỗ ở 住處

chú ý 注意

chủ nhật 星期日

chủ trì 主持

chúng mình / mình 咱們 / 我們

chúng ta 咱們

chúng tôi 我們

chuyển qua 轉到

chuyển sang 轉至

chữ ký 簽字 / 簽名

chưa 還沒 / 尚未

chức vụ 職務

chửi bới 辱罵

có khi 有時候

có liên quan 有關的

có lỗi 有罪 / 有錯

có thể 可以 / 能

coi bói 算命

con bướm 蝴蝶

con chuột 老鼠

con đường （條）道路

con gái 女兒 / 女孩

con hoẵng 斑鹿

con trai 兒子 / 男孩

còn 還有 / 還 / 那麼（轉折詞）

còn bao lâu nữa 還有多久

còn lại 剩下的 / 其餘的

cô 女老師

cô-ca 可樂

cố đô 古都

cố đô Huế 順化古都

cố gắng 努力 / 儘量

cố làm xong 趕完 / 努力完成

cố ý 故意

cổ hủ 古板

cốc 杯

công ty 公司

công việc 工作（名詞）

công viên 公園

cơ thể 身體

cởi mở 開朗

cơm hộp 便當

củ kiệu 蕎頭

cũ kỹ 陳舊 / 老舊

cụ già 老人

cụ thể 具體

của cải 財產

cúi đầu 低頭

cũi chó 狗屋

cúm rúm 畏縮

cũng 也

cuộc họp 會議

cuộc sống 生活（名詞）

cuối năm 年底

cư trú 居住

cư xử 待人接物

cứ 就 / 一直

cửa hàng tiện lợi 便利商店

cưới vợ 娶妻

cưỡi ngựa 騎馬

D

da 皮

da dê 羊皮

dạ 是 / 是的

dạ vâng 是的

dài ngoằng 長得太不對稱

danh thiếp 名片

dạo này 最近

dạo phố 逛街

dậy sớm 早起

dẻo dai 柔韌 / 堅韌

dê 羊

dễ dàng 容易

di động 移動

dịch vụ 服務行業／業務

dọn qua 搬到

dối trá 詐騙／虛偽

dơ 髒

du khách 遊客

dùng 用

dùng cơm 用餐

dũng cảm 勇敢

dưa hấu 西瓜

Đ

đa dạng 多樣

đa phần 大部分

Đài Bắc 台北

Đài Loan 臺灣

đàn ông 男人

đang 正在

đáng ghét 可惡

đáng tiếc 遺憾

đáng yêu 可愛

đánh kẻng 打鐘

đau bụng 肚子痛

đau xót 痛心

đặc biệt 特別

đặc biệt là 特別是／尤其是

đặc sản 特產

đất nước 國土

đâu 啦（語氣助詞）／哪裡

đầu óc 頭腦

đầu tư 投資

đậu đỏ 紅豆

đây 這／喔

đấy 哦／喔（強調語助詞）

đấy 那

đẹp mắt 悅目／好看

để 為了／放置／讓

đêm 午夜

đến 到

đến nay 到現在／至今

đều 都

đi 走

đi bộ 走路

đi chợ 去市場

đi chơi 去玩

đi công tác 出差

đi dạo phố 去逛街

đi học 上學

đi ngủ 去睡覺

đi ra ngoài 外出

đi xe 坐車

đi xa 遠行

điện thoại 電話

điện thoại di động 行動電話

điêu khắc 雕刻

điều độ 均衡

đó 哦 / 喔（強調語助詞）

đó 那

đỏ choét 嫣紅

đỏ hoe 微紅 / 發紅

đóa hoa 花朵

đọc sách 閱讀

đói 餓

đói bụng 餓的 / 肚子餓的

đòi hỏi 要求

đố chữ 猜字迷

đồ sứ 瓷器

đỗ xe 停放車

đồng nghiệp 同事

đợi chờ 等待

đủ 足夠的 / 夠的

đúng 準確的 / 對的

đưa vào 放進 / 帶進

đừng 別 / 勿 / 不用

được 達 / 獲 / 得 / 被

được xem 被視為

E

em 你 / 妳 / 妹妹 / 弟弟

em ấy 她 / 他

G

ga 瓦斯

ga-ra 車庫

gạo nếp 糯米

gặp nhau 相遇

gần 將近 / 附近 / 靠近

gầy 瘦的

ghe 木舟

ghi 記載

ghi nhận 記載 / 記錄

ghi nhớ 牢記

gì 什麼

gia đình 家庭

gia tộc 家族

giải khuây 解悶

giải nghĩa 解釋

giải quyết 解決

giảm cân 減重 / 減肥

giao cho 交給

giao tiếp 交際 / 談話 / 溝通

giáo dục 教育

giàu có 富有

giày cao gót 高跟鞋

giày dép 鞋類

giỏi 棒的 / 優秀的

giỏi về 擅長於

giờ 點鐘

giới hạn 界限

giới thiệu 介紹

giúp 幫

giúp đỡ 幫助 / 幫忙

giữ 維持

gom góp 收集

góp ý 提意見

gửi 寄

gửi thư 寄信

H

hà mã 河馬

Hà Nội 河內

hả 啊（疑問句中的語氣助詞）

hai 二

hai mươi 二十

hai mươi mốt 二十一

hàng không 航空

hành chính 行政

hạnh phúc 幸福

hát tuồng 唱古戲 / 唱嗩劇

hay 好看的 / 精彩的

hâm mộ 羨慕

hân hạnh 榮幸

hẹn hò 約會

hí hoáy 專心細密地

hiệp hội 協會

hiếu kỳ 好奇

hiểu 了解 / 理解

hiểu lầm 誤會

hiệu quả 效果

ho 咳

họ 他們（不分男女老少）

hòa đồng 融入 / 合群

hòa nhã 溫和 / 隨和

hoảng loạn 慌亂

hoành tráng 壯觀

hoạt bát 活潑

hoặc 或

hoặc là 或是

học hỏi 向……學習 / 向……看齊

hoen ố 沾污 / 泛黃

hỏi 問

hỏi thăm 詢問 / 問候

họp mặt 聚會

Hồ Gươm 劍湖

hồ sơ 文件 / 卷宗

hôm nay 今天

hơn 較 / 超 / 更

hơn nữa 加上 / 而且

huấn luyện 訓練

huênh hoang 揚揚自得

hươ tay 揮手

hút thuốc 吸煙

hủy bỏ 取消

huýt sáo 吹口哨

hư 壞掉

hướng dẫn 指導 / 指引

hưởng thụ 享受

hươu cao cổ 長頸鹿

I

in 影印

K

kẻ cướp 強盜

kẹo sô-cô-la 巧克力糖

kể chuyện 講故事

kênh kiệu 驕傲自大

kềnh càng 笨重

kết bạn 結伴 / 交友 / 加朋友

kết hôn 結婚

kết quả 結果

kêu ca 發牢騷 / 訴苦

kêu gọi 號召 / 呼籲

khá giả 小康

khả năng 能力 / 可能

khả nghi 可疑

khác nhau 不同

khách hàng 客戶

khách sạn 飯店

khen ngợi 誇獎

khéo léo 靈巧

khi nào 何時

khích lệ 激勵

khó 難的

khó khăn 困難

khó làm được 難做得到的

khoai tây 馬鈴薯

khóc lóc 哭泣

khỏe 好（健康）

khỏi 不用

khô cá 魚乾

khô mực 魷魚乾

khổ qua 苦瓜

không 零 / 不 / 嗎

không đi đâu cả 沒去任何哪裡

không kịp 來不及

không làm gì cả 沒做任何什麼

không những 不但

không sao đâu 沒關係啦

khuây khỏa 解悶

khuếch tán 擴散

khuyên bảo 規勸

khuya 午夜

khuynh hướng 傾向

khuỷu tay 手肘

khuỵu gối 屈膝

kí lô 公斤

kích thích 刺激

kịch bản 劇本

kiếm tiền 賺錢

kim chi 泡菜

kinh doanh 經營

kinh nghiệm 經驗

kính nể 敬佩／敬服

kịp thời 及時

ký 簽

kỳ diệu 奇妙

kỳ lạ 奇特

kỹ sư 工程師／技師

L

la 罵

lá đa 榕樹葉

là 是／燙衣服

lái xe 開車

lại 又

làm hết 做完

làm ơn 勞駕／拜託

làm quen 結識／結交／熟悉

làm việc 工作（動詞）

lãng mạn 浪漫

lành mạnh 健康（事）

lãnh đạo 領導

lắm 很

lần đầu tiên 第一次／首次

lâu 久

lâu năm 多年／資深

lẩu dê 羊肉爐

léng phéng 拈花惹草

leo trèo 攀登

lê 水梨

lễ khai mạc 開幕典禮

lễ nghi 禮儀

lệ phí 手續費

lếch thếch 邋遢

lệch lạc 偏差

lên kế hoạch 計劃（動詞）

lên mạng 上網

lênh đênh 漂浮

liên lạc 聯絡

liên quan 關聯

liên tiếp 連續的

lĩnh vực 領域

lo 擔心

lo lắng 擔心

lo sợ 擔心害怕

lo xa 深謀遠慮

lò vi ba 微波爐

loay hoay 忙著／團團轉

lối sống 生活方式

lời nói 話語／言詞

lớp học 教室／班級

lu 甕

luật pháp 法律

lúc này 此時／這時候

luộm thuộm 不整齊

luôn luôn 總是

luyện tập 練習

lư 爐

lựa chọn 選擇

lười biếng 懶惰

ly 杯子

lý do 理由

lý lẽ 道理

lý lịch 履歷

lý tưởng 理想

M

ma 魔鬼

mái tóc 頭髮

mang 帶 / 戴

mang về 帶走

mát mẻ 涼快

máy bay 飛機

máy giặt 洗衣機

máy tính 電腦 / 計算機

máy vi tính 電腦

mấy 幾 / 一些

mắc cỡ 害羞

mặc cả 討價還價

mắt kính 眼鏡

mất 花費 / 丟 / 不見 / 過世

mất mặt 丟臉

me 羅望果（酸子）

méc mẹ 向媽媽告狀

mê 迷惑

mềm mại 柔軟

mệnh lệnh 命令

mệt 累的

mệt mỏi 疲勞的

mì gà 雞肉麵

mỉa mai 諷刺

mỉm cười 微笑

mình 自己 / 我 / 咱們

mọi người 大家 / 所有人

mọi việc 所有事情

món ăn ngon 美食

mong 希望

mong muốn 期望

mỏng manh 渺茫 / 單薄

mối quan hệ 關係

mỗi 每（一個）

mỗi ngày 每天

một 一

một ít 一點 / 一些些

một tí nữa 待會 / 等一下

một vài 一些 / 幾個

mơ 梅

mở 開 / 成立

mới 才剛 / 新的 / 才

mua bán 買賣

mua nhà 買房	ngày kia 後天
mua sắm 購物	ngày mai 明天
mùa xuân 春季	ngày Tết 過年期間
mũi hếch 翹鼻子	nghe 聽
mũi khoặm 鷹鈎鼻	nghèo khổ 貧苦
muốn 想要	nghề nghiệp 職業
mười 十	nghi 懷疑
mười lăm 十五	nghỉ hè 放暑假
mười một 十一	nghỉ hưu 退休
mứt bí 冬瓜蜜餞	nghỉ ngơi 休息
mưu mô 陰謀	nghỉ phép năm 年假
N	nghị sĩ 議員
na 釋迦（番荔枝）	nghịch ngợm 頑皮
não bộ 腦部	nghiên cứu 研究
năm 五／年	nghiệp vụ 業務
nắm bắt 掌握	ngô 玉米
nặng nề 沉重	Nga 俄國
nâng đỡ 扶持／支持	ngoài ra 除此之外
nâng niu 捧在手心／珍愛	ngoài....ra 除了……以外
nấu ăn 做菜（煮菜）	ngoại ngữ 外語
nấu cơm 煮飯	ngoảnh mặt làm ngơ 視而不見
nếm thử 嚐試／嚐味道	ngoáy tai 挖耳朵
nên 所以／應該／成	ngoặc đơn 括號
nếu như 如果	ngoắt ngoéo 彎彎曲曲
níu kéo 挽留／拉扯	ngóc ngách 角落
ngày chủ nhật 星期日	ngoéo tay 勾手指
ngày cuối năm 年底期間	ngoẻo cổ 脖子歪扭

ngon 好吃 / 好喝

ngu 愚

ngủ 睡覺

ngủ bù 補眠

ngủ dậy 起床

nguệch ngoạc 不工整 / 潦草

người 人

người nhà 家人

người ta 人家 / 人們

người thân 親人

người trong gia đình 家中的人

ngưỡng mộ 仰慕

nhà bếp 廚房

nhà ga 車站

nhà lá 草屋

nhà sách 書店

nhạc ráp 饒舌音樂

nhanh chóng 快速地

nhanh gọn 快速精準

nhanh nhẹn 敏捷 / 機靈

nhạy bén 敏銳的

nhắn Line Line 留言（傳 Line 訊息）

nhân viên 職員

nhập khẩu 進口

nhất 最

nhé 喔（語助詞）

nhiễm trùng 感染

nhiệt tình 熱情

nhìn thấy 看到

nhịp điệu 節奏 / 韻律

nho 葡萄

nhỏ bé 細小

nhọn hoắt 尖銳

nhô 凸出

nhờ 拜託 / 依靠 / 煩請

nhu 柔

nhuộm tóc 染髮

nhức đầu 頭痛

nhưng 但是

nhưng mà 但是

những 一些

những lúc như vậy 這些時候

nhược điểm 弱點

nhường bước 退讓

niềm nở 親切熱情

no 飽

nói 說 / 講

nói dối 說謊

nói ngọt 嘴甜 / 說甜言蜜語

nói rõ 說明

nóng lòng 心急如焚

nông choẹt 極淺

nộp phí 繳費

nốt 繼續（做）完

nơ 蝴蝶結

nơi làm việc 工作的地方

nuôi dạy 養育

nửa ngày 半天

nườm nượp 川流不息

nứt toác 裂開

Ô

ông 先生 / 您 / 翁

Ơ

ở nhà 在家

ơi 啊 / 呀（叫人的語助詞）

P

pha trà 泡茶

phải 必要 / 必須

phần 份 / 部分

phi 飛

phiền 麻煩

phim 電影

phong phú 豐富

phố xá 街坊

phở bò 牛肉河粉

phụ giúp 幫忙

phụ nữ 婦女

phụ trách 負責

phục vụ 服務

phút 分鐘

Q

qua 過

quá 太 / 好 / 很

quá khứ 過去

quả bưởi 柚子

quả mướp 絲瓜

quan trọng 重要

quán ăn 餐館

quán ăn bình dân 平價餐館

quần áo 衣物 / 衣服

quấy rối 騷擾

quen 習慣 / 熟悉

quen biết 相識 / 認識

quê hương 鄉

quên béng 忘掉

quên hết cả 忘光光

que 根

quí mến 珍愛 / 珍重

quở trách 責備

quỵ lụy 卑躬屈膝

quyết định 決定

R

ra 出去

ra-đa 雷達

ra vô 進出

rau quả 蔬果菜

rất nhiều 很多的

rỗng tuếch 空洞無物 / 空泛

120

rũ rượi 疲軟

rượu nho 葡萄酒

S

sạch sẽ 乾淨

sảng khoái 爽快

sao 嗎／如何／為何／星星

sạp báo 報紙攤販

sau này 以後

sáu 六

say khướt 醉醺醺的

say xe 暈車

sắp xếp 安排／整理

sẽ 將要／將會

sếp 主管

siêng năng 勤勞

số 號碼

số điện thoại 電話號碼

số liệu 數據

số lượng 數量

số một 一號

sở hữu 擁有／所有

sớm 早

sủi bọt 泡沫

suốt ngày 整天

suy nghĩ 思考

sự cố 事故

sự lựa chọn 選擇（名詞）

T

tài liệu 資料

tài lộc 財祿（財富）

tại sao 為什麼

tám 八

tạm thời 暫時的

tàu bè 船舶

tàu buồm 帆船

tàu cao tốc 高鐵

tăng ca 加班

tâm sự 談心

tất cả 所有

té ngã 跌倒

tên 名字

tha thứ 原諒

tham gia 參加

than 嘆息／怨嘆

tháng 月

thanh nhã 文雅

thành lập 成立

thành phố 城市

thành thạo 熟練

thành thử 因此／所以

thành tích 成績

thay đổi 改變

thăm 拜訪／看／探望

thăm nhà 看家人

thăm viếng 拜訪	thủ đô 首都
thân thiện 親切 / 友好 / 親善	thủ tục 手續
thật ngại quá 真不好意思	thuê xe 租車
thật thà 老實	thuở nhỏ 小時候
thấy 看到 / 覺得	thụt lùi 倒退
thầy giáo （男）老師	thuyết phục 說服
thế 那麼 / 這樣	thứ 樣（量詞） / 東西
thế nào 如何 / 怎麼樣	thứ bảy 星期六
thế này 這樣	thứ sáu 星期五
thêm 添 / 多	thức ăn nấu sẵn 即食食品
thêu tay 手工刺繡	thường thường 常常
thi 考試	thường xuyên 經常
thì sao 如何 / 怎麼樣	thưởng thức 品嘗
thị trường 市場	thướt tha 輕盈
thỉnh thoảng 偶爾	ti -vi 電視
thịt vịt 鴨肉	tiến bộ 進步
thoải mái 舒適	tiện 方便
thoăn thoắt 快速的	tiện lợi 便利的
thô 粗	tiếp đãi 接待
thôi 好啦 / 而已	tiết kiệm 節儉
thông báo 通知 / 通報	tích cực 積極
thông minh 聰明	tìm hiểu 了解 / 弄清
thông thường 通常	tìm kiếm 尋找
thơ 詩	tín nhiệm 信任
thời gian 時間	tinh thần 精神
thu 秋	tính cách 性格
thu hút 吸引	tình cảm 感情

tình hình　情形

tình yêu　愛情

to　大

to lớn　巨大的

to khỏe　健壯

tòa nhà　大樓

tóc xoăn　卷髮

toàn bộ　全部

tô　碗公

tối khuya　深夜

tối nay　今晚

tôm hùm　龍蝦

tốt　好（指品德 / 品質 / 事情 / 狀況）

tơ　絲

tơ lụa　絲綢

tới　到

trà đá　冰茶

trả giá　講價

trái cây　水果

trái chuối　香蕉

trái xoài　芒果

tranh thủ　爭取

trật khớp　脫臼

tre　竹

trẻ　年輕的

trẻ tuổi　年紀輕輕

trí tuệ　智慧

trì hoãn　遲緩

trong công việc　在工作上

trong giờ làm việc　上班時間

trỗi dậy　崛起

trống rỗng　空洞

trời　天 / 老天 / 天氣

trời mưa　下雨天

truyền cảm　傳神 / 具有感染力

trước　先 / 前 / 之前

trượt băng　溜冰

tuân thủ　遵守

tuần lễ　星期

tuy là　雖然是

tùy ý　隨意

tuyển chọn　選拔

tuyệt vời　絕頂

từ bi　慈悲

từ khi　自從

tự lập　獨立 / 自立

tự mình　（自己）親自

tự tin　有自信

tự vệ　自衛

tỷ phú　億萬富翁

U

uống　喝

uy tín　威信

V

vả lại 加上 / 而且

vài ngày 幾天

vào 進 / 在 / 的時候

vào làm 進公司上班

vay mượn 借貸

văn phòng 辦公室

vấn đề 問題

vẫn 仍

vẫn thường 還好（健康）

vâng 是 / 是的

vâng ạ 是的

vật chất 物質

vậy 那麼 / 這樣

vậy sao 這樣嗎

ve 蟬

vé xe 車票

về hưu 退休

về muộn 晚歸 / 晚回來

về nhà 回家

về sớm 早回來

về trễ 晚歸

tuần sau 下週

ví dụ 例如

vì 因為

vì vậy 因此

việc 事 / 事情

Việt Nam 越南

vo 搓

vô tư 無私

vỗ về 安撫

vội vã 急忙 / 匆忙

vợ chồng 夫妻

với 跟 / 和

vui 開心 / 高興 / 好玩

vui mừng 高興

vui tính 樂觀 / 開朗

vui vẻ 快樂 / 開心

vun đắp 栽培 / 培養

vuốt ve 討好 / 撫摸

vừa 剛

vừa mới 剛剛

vươn vai 伸懶腰

X

xa 遙遠

xa lạ 陌生

xấu hoắc 難看極了

xe 車

xe buýt 公車

xe cộ 車輛

xe đạp 腳踏車

xe mới 新車

xe ô-tô 汽車

xe xích lô 三輪車

xem 看（專注看某某）

xem phim　看電影

xin chào　您好

xin nghỉ phép　請假

xinh đẹp　漂亮

xoay sở　絞盡腦汁

xoắn xít　纏在一起

xong　完畢 / 完成

xô　小水桶

xuất khẩu　出口

xuống xe　下車

xử lý　處理

xứng đáng　稱得上 / 應有

Y

ý chí　意志

ý nghĩ　想法

y tá　護士

ý tứ　講禮貌 / 懂世故

yêu cầu　要求

yêu mến　喜愛

yêu thích　喜愛 / 賞識

yêu thương　疼愛

Bài 1　第 1 課

1. 請用「... đã + 動詞 + ... chưa?」的結構，把下列的句子改為疑問句：

(1.1)　Anh đã quen với công việc mới chưa?

(1.2)　Chị ấy đã giới thiệu nhân viên mới cho mọi người chưa?

(1.3)　Anh đã khỏe chưa?

(1.4)　Mẹ đã về nhà chưa?

(1.5)　Anh ấy đã đi Việt Nam chưa?

2. 請用「... có + ... không?」的結構，把下列的句子改為疑問句：

(2.1)　Anh ấy có chào chị Thu không?

(2.2)　Chị Thu có giới thiệu Lan cho anh ấy không?

(2.3)　Ở đây có nhân viên mới không?

(2.4)　Hôm nay chị ấy có đến đây không?

(2.5)　Chị có về nhà không?

3. 請用「... có ... gì không？」的結構，把下列的句子改為疑問句：

(3.1)　Anh ấy có thích ăn gì không?

(3.2)　Ba của anh có đang làm gì không?

(3.3)　Mẹ của anh ấy có muốn nói gì với anh không?

(3.4)　Chị ấy có giới thiệu gì cho anh không ?

(3.5)　Anh ấy có muốn học gì không?

4. 請再確認一次會話內容，並回答下列的問題（是非題）：

(4.1)　（○）　　(4.2)　（×）　　(4.3)　（○）　　(4.4)　（×）　　(4.5)　（○）

5. 填空題（bao lâu, thế nào, đã, gì, chưa）

(5.1) gì　　　(5.2) đã　　　(5.3) thế nào　　(5.4) chưa　　(5.5) bao lâu

Bài 2 第 2 課

1. 請用「... được + 動詞」的結構來修飾下列的句子：

(1.1) Anh ấy cảm thấy rất vui được mời vào làm việc ở công ty.

(1.2) Chị ấy được đồng nghiệp lâu năm chỉ dạy rất nhiều.

(1.3) Tôi được cô giáo khen ngợi.

(1.4) Mẹ được đi Mỹ chơi, nên rất vui.

(1.5) Anh ấy được làm việc với chị ấy, cảm thấy rất hân hạnh.

2. 請用「... cho + 形容詞」的結構，結合所提示的詞彙，如 tiện（方便）、đẹp（漂亮）、nhiều（多）、nhanh（快）、giỏi（優秀 / 好），完成下列的句子：

(2.1) giỏi　　(2.2) nhanh　　(2.3) tiện　　(2.4) nhiều　　(2.5) đẹp

3. 請用「... đấy」或「... nhé」，來填入下列的句子：

(3.1) đấy　　(3.2) nhé　　(3.3) nhé　　(3.4) đấy　　(3.5) đấy

4. 請再確認一次會話內容，並回答下列的問題（是非題）：

(4.1)（○）　(4.2)（○）　(4.3)（×）　(4.4)（×）　(4.5)（○）

5. 填空題（được, cứ, nhé, đấy, cho）

(5.1) được　　(5.2) cho　　(5.3) đấy　　(5.4) nhé　　(5.5) cứ

Bài 3 第 3 課

1. 請用「... sao?」的結構，把下列的句子改為疑問句：

(1.1) Buổi trưa mà chị ấy rất bận sao?

(1.2) Việc này mà sếp không biết sao?

(1.3) Sếp mà giao cho chị ấy xử lý sao?

(1.4) Chị ấy mà giỏi về lĩnh vực này sao?

(1.5) Thu mà ăn rất nhiều sao?

2. 請用「... 名詞 + này / đó / đấy / kia」的結構，結合所提示的量詞，如 tô（大碗）、chai（瓶）、tấm（張）、căn（間）、cái（個），選擇合適的量詞來完成下列的句子（如果該名詞沒有量詞就不需填充）：

(2.1) Mẹ học hỏi kinh nghiệm đó từ bà ngoại.

(2.2) Chiều nay Thu sẽ đi quán ăn này dùng cơm.

(2.3) Anh ấy mua <u>chai</u> cô ca đấy là để mời đồng nghiệp uống.

(2.4) Em có muốn ăn <u>tô</u> phở bò này không?

(2.5) <u>Tấm</u> danh thiếp kia là của sếp mới đấy!

3. 請用「... quá!」或「... trước đã!」，來填入下列的句子：

(3.1) trước đã　(3.2) quá　(3.3) trước đã　(3.4) quá　(3.5) quá

4. 請再確認一次會話內容，並回答下列的問題（是非題）：

(4.1)（○）　(4.2)（×）　(4.3)（×）　(4.4)（×）　(4.5)（○）

5. 填空題（quá, sắp, để, đi, trước đã）

(5.1) trước đã　(5.2) để　(5.3) quá　(5.4) sắp　(5.5) đi

Bài 4 第 4 課

1. 請用「**... chứ**」的結構，結合所提示的詞彙，如 **có**、**quen**、**muốn**、**bận**、**gần** 來回應下列的問題：

(1.1) Dạ, có chứ.

(1.2) Dạ, muốn chứ.

(1.3) Dạ, gần chứ.

(1.4) Dạ, bận chứ.

(1.5) Dạ, quen chứ.

2. 請用「**... mà**」的結構，來修飾下列的句子：

(2.1) Làm như vậy mà có hiệu quả!?

(2.2) Quán ăn bình dân này mà rẻ!?

(2.3) Anh ấy mà có thể giải quyết vấn đề này!?

(2.4) Sếp mà không bận rộn!?

(2.5) Cửa hàng tiện lợi mà không tiện lợi!?

3. 請用「**... phải ...**」或「**... mới ...**」，來填入下列的句子：

(3.1) phải　　(3.2) mới　　(3.3) mới　　(3.4) mới　　(3.5) phải

4. 請再確認一次會話內容，並回答下列的問題（是非題）：

(4.1)（×）　(4.2)（×）　(4.3)（○）　(4.4)（○）　(4.5)（○）

5. 填空題（**còn bao lâu nữa, bao nhiêu, cần phải, từ khi, mà**）

(5.1) cần phải　　　　(5.2) bao nhiêu　　　　(5.3) Từ khi

(5.4) Còn bao lâu nữa　　(5.5) mà

Bài 5 第 5 課

1. 請用「... có thể ... không?」的結構，結合所提示的詞彙來問問題：

(1.1) Chị có thể giải quyết vấn đề này không?

(1.2) Em có thể giúp tôi lên mạng tìm tài liệu về Việt Nam không?

(1.3) Chị có thể giúp tôi đi cửa hàng tiện lợi mua cơm hộp không?

(1.4) Ông có thể nói rõ về nghiệp vụ này không?

(1.5) Anh có thể đến văn phòng gặp tôi không?

2. 請用「... khi nào」的結構，來轉換下列的句子成疑問句：

(2.1) Khi nào Thu sẽ đi Việt Nam làm việc?

(2.2) Khi nào anh ấy sẽ hướng dẫn Lan về nghiệp vụ mới?

(2.3) Họ đã gặp sếp khi nào?

(2.4) Khi nào bố mẹ sẽ đi quán ăn Việt Nam ăn cơm?

(2.5) Cửa hàng tiện lợi đã mở khi nào?

3. 請用「... mà」的結構，來修飾下列的句子：

(3.1) Anh ấy không đi làm mà ở nhà ngủ.

(3.2) Hồ sơ mà anh ấy giao cho tôi rất quan trọng.

(3.3) Thôi, mẹ không uống đâu. Vì mẹ không thích cô ca mà!

(3.4) Công việc mà chị ấy phụ trách rất khó.

(3.5) Buổi trưa chị ấy không ăn cơm mà uống cô ca.

4. 請再確認一次會話內容，並回答下列的問題（是非題）：

(4.1)（×）　　(4.2)（○）　　(4.3)（○）　　(4.4)（○）　　(4.5)（×）

5. 填空題（mà, vừa mới, khi nào, đừng, có thể）

(5.1) mà　　(5.2) đừng　　(5.3) khi nào　　(5.4) vừa mới　　(5.5) có thể

Bài 6 第 6 課

1. 請用「... đâu?」的結構，把下列的句子改為疑問句：

(1.1) Anh ấy ăn phở bò ở đâu?

(1.2) Chiều nay anh Thắng sẽ đi đâu?

(1.3) Anh ấy có nhiều khách hàng ở đâu?

(1.4) Chị ấy đã đến đâu gặp sếp?

(1.5) Anh Nam về đâu thăm cha mẹ?

2. 請用「... thành thử」的結構，來修飾下列的句子：

(2.1) Tôi là người mới, thành thử phải cố gắng làm việc.

(2.2) Bố đã về hưu, thành thử thích đi du lịch.

(2.3) Em ấy không hiểu công việc mới, thành thử rất lo lắng.

(2.4) Vì quá bận rộn, thành thử chị ấy cảm thấy rất mệt.

(2.5) Không có Line, thành thử không liên lạc được với khách hàng.

3. 請用「nếu ... thì」的結構，來修飾下列的句子：

(3.1) Nếu được hướng dẫn thì em ấy sẽ làm tốt.

(3.2) Nếu chị ấy về muộn thì mẹ sẽ rất lo lắng.

(3.3) Nếu có khả năng thì mọi người sẽ tín nhiệm.

(3.4) Nếu bận rộn thì chị ấy sẽ quên ăn cơm.

(3.5) Nếu không có thời gian thì tôi sẽ không về thăm nhà.

4. 請再確認一次會話內容，並回答下列的問題（是非題）：

(4.1)（○）　　(4.2)（○）　　(4.3)（○）　　(4.4)（×）　　(4.5)（×）

5. 填空題（làm ơn, thành thử, thôi, đâu, nếu）

(5.1) Nếu　　(5.2) thành thử　　(5.3) Thôi　　(5.4) đâu　　(5.5) Làm ơn

1. 請用「... những」的結構，來修飾下列的句子：

(1.1) Ông ấy có những 8 chiếc xe ô tô.

(1.2) Chiều nay anh Thắng sẽ đi Cao Hùng với những ai?

(1.3) Những công ty đầu tư ở đây đều rất lớn.

(1.4) Những ngày nào chị có thể đến gặp tôi?

(1.5) Những đồng nghiệp lâu năm trong công ty rất có kinh nghiệm.

2. 請用「... không những ... mà còn」的結構，來修飾下列的句子：

(2.1) Chị ấy không những đẹp mà còn giỏi nữa.

(2.2) Bố không những đi du lịch mà còn đi thăm bạn bè.

(2.3) Em ấy không những tăng ca mà còn làm cho xong báo cáo.

(2.4) Máy tính không những có vấn đề mà còn in không được tài liệu.

(2.5) Vấn đề này không những khó mà còn nhiều.

3. 請用「là ... rồi」的結構，結合所提示的詞彙，如：yên tâm（放心）、đủ（足夠）、mãn nguyện（心滿意足）、được（可以）、vui（開心）、tốt（好），來修飾下列的句子：

(3.1) là đủ rồi   (3.2) là được rồi   (3.3) là mãn nguyện rồi

(3.4) là tốt rồi   (3.5) là vui rồi

4. 請再確認一次會話內容，並回答下列的問題（是非題）：

(4.1)（○）   (4.2)（×）   (4.3)（×）   (4.4)（○）   (4.5)（○）

5. 填空題（những, mấy, nên, được, là）

(5.1) Những   (5.2) mấy   (5.3) được   (5.4) là   (5.5) nên

Bài 8 第 **8** 課

1. 請用「... gì mà ...」的結構，來回應下列的句子：

   (1.1) Gầy gì mà gầy.

   (1.2) Cằn nhằn gì mà cằn nhằn.

   (1.3) Muộn gì mà muộn.

   (1.4) Giỏi gì mà giỏi.

   (1.5) Mệt gì mà mệt.

2. 請用「... vả lại ...」的結構，來修飾下列的句子：

   (2.1) Chị ấy muốn về thăm nhà, vả lại đã lâu không về.

   (2.2) Mẹ muốn về hưu, vả lại cũng không còn trẻ nữa.

   (2.3) Em ấy phải ăn nhiều một chút, vả lại em ấy cũng quá gầy.

   (2.4) Chị không thích về muộn, vả lại mẹ sẽ lo lắng.

   (2.5) Chị ấy không đi đâu cả, vả lại chị ấy cũng không thích đi chơi.

3. 請用「vừa ... vừa ...」的結構，來修飾下列的句子：

   (3.1) Bố thích vừa ăn cơm vừa xem ti vi.

   (3.2) Mẹ nói chị vừa giỏi vừa cố gắng.

   (3.3) Cửa hàng tiện lợi vừa gần nhà vừa tiện lợi.

   (3.4) Chị ấy vừa làm việc vừa nghe điện thoại.

   (3.5) Anh ấy vừa dùng máy vi tính vừa liên lạc với khách hàng.

4. 請再確認一次會話內容，並回答下列的問題（是非題）：

   (4.1) （×）   (4.2) （×）   (4.3) （○）   (4.4) （○）   (4.5) （○）

5. 填空題（ vả lại, được không, lại, sao lại, vừa ）

   (5.1) vừa   (5.2) Sao lại   (5.3) lại   (5.4) được không   (5.5) vả lại

Bài 1 第 1 課

Mai Lan là một nhân viên mới vào làm ở công ty. Em ấy được chị Thu giới thiệu làm quen với đồng nghiệp trong công ty. Đồng nghiệp của Lan đều là những người làm việc lâu năm ở công ty nhưng họ đều rất niềm nở và thân thiện nên Lan cảm thấy rất vui. Tuy Lan cảm thấy vẫn chưa quen với công việc mới, nhưng tất cả các đồng nghiệp đều giúp đỡ Lan, vì vậy chẳng bao lâu sau em ấy đã có thể tự mình xử lý mọi việc.

梅蘭是一位剛進公司工作的新進人員。她獲得秋姊介紹認識公司裡的同事。蘭的同事都是公司裡的資深人員，但他們都很親切熱情和友善，所以蘭覺得很慶幸。雖然蘭覺得仍未熟悉新工作，但所有同事們都幫助蘭，因此沒多久之後，她已經能夠親自處理所有事情。

(2.1)（○）　(2.2)（×）　(2.3)（○）　(2.4)（×）　(2.5)（○）

Bài 2 第 2 課

Vì mới vào làm ở công ty nên Mai Lan chưa có danh thiếp, em ấy cảm thấy cần phải kết bạn Line với các đồng nghiệp trong công ty để có thể hỏi thăm họ nhiều việc khi cần. Vì muốn học hỏi nhiều thứ hơn, nên Lan thường lên mạng tìm kiếm những tài liệu có liên quan về lĩnh vực mình đang làm. Các đồng nghiệp có kinh nghiệm thường chỉ dạy Lan cách thức giải quyết vấn đề nhanh chóng và hiệu quả để không mất nhiều thời gian, vì vậy Lan rất cảm kích họ.

因為剛進公司工作，所以梅蘭還沒有名片，她覺得必須跟公司的同事們加 Line，以便需要時請教他們一些問題。因為想要學習更多東西，所以蘭常上網尋找與自己在做的領域之相關資料。公司資深的同事們常教蘭如何不用花很多時間，便可以快速並有效地解決問題，因此蘭非常感激他們。

(2.1)（×）　(2.2)（○）　(2.3)（×）　(2.4)（○）　(2.5)（○）

Bài 3 第 3 課

Gần công ty của Lan có rất nhiều cửa hàng tiện lợi và quán ăn bình dân khác nhau. Thu có giới thiệu một quán ăn Việt Nam mới mở cho Lan, vì vậy Lan thường đến đó để dùng cơm. Dạo này công việc ở công ty rất bận rộn, có khi không có đủ thời gian để đi ra ngoài ăn trưa, những lúc như vậy Lan thường đến cửa hàng tiện lợi mua thức ăn nấu sẵn mang về công ty ăn. Tuy nhiều người cho rằng ở cửa hàng tiện lợi thức ăn nấu sẵn không ngon lắm, nhưng Lan cảm thấy thức ăn ở đây rất đa dạng phong phú và cũng có nhiều sự lựa chọn khác nhau, đặc biệt là rất tiện lợi.

蘭公司附近有很多不同的便利商店以及平價餐館。秋曾介紹給蘭一間剛開的越南餐館，因此蘭常到那裡用餐。最近公司的工作很忙碌，有時不夠時間外出用午餐，那些時候蘭常到便利商店買微波食品帶回公司吃。雖然很多人認為便利商店的微波食品不是挺好吃，但是蘭覺得那裡食物很豐富、多樣，同時也有很多不同的選擇，尤其是很便利。

(2.1) （×） (2.2) （○） (2.3) （○） (2.4) （×） (2.5) （○）

Bài 4 第 4 課

Công ty thành lập đã được 16 năm rồi. Từ khi công ty thành lập thì Thu cũng đã làm việc ở đây, cho nên chị ấy được xem là nhân viên làm việc lâu năm và có nhiều kinh nghiệm nhất ở công ty. Vì có khả năng xử lý công việc nhanh gọn và hiệu quả, nên chị ấy được cấp trên tín nhiệm và giao cho chức vụ quan trọng. Ngoài ra Thu còn là một người hòa nhã và rất hòa đồng với mọi người, chị ấy còn rất biết cách ứng xử nên các đồng nghiệp ở công ty đều rất kính nể và yêu mến chị ấy.

公司已經成立 16 年了。自從公司成立至今，秋就已經在這裡工作，所以她被視為公司裡最資深並且最有經驗的人。因為具有快速、精準且很有效率處理工作的能力，所以她獲得上司信任並被指定擔任重要的職務。除此之外，秋也是一位隨和、與同事相處融洽的人，她還很會待人處事，因此公司所有的同事都很尊重並敬愛她。

(2.1) （○） (2.2) （×） (2.3) （×） (2.4) （○） (2.5) （○）

Lan tạm thời được chuyển sang làm việc ở bộ phận của Thắng, nên em ấy rất lo lắng vì vẫn chưa hiểu sẽ phụ trách việc gì. Thắng là một người có khả năng nghiệp vụ cao, nên anh ấy sẽ hướng dẫn Lan trong công việc. Tuy vậy Lan vẫn cho rằng mình cần phải học hỏi nhiều hơn mới có thể nắm bắt mọi việc nhanh chóng. Hôm nay Lan đã đến công ty rất sớm để xem các tài liệu có liên quan đến khách hàng. Em ấy còn ghi nhận tất cả các số điện thoại liên lạc của khách hàng vào trong máy tính của mình để tiện liên lạc.

蘭暫時被調到勝的部門工作，所以她很擔心，因為她目前仍未了解將要負責什麼工作。勝是一位具備很強業務能力的人，所以他會在工作上指導蘭。雖然如此，蘭依然認為自己需要學習更多才能快速掌握所有事情。今天蘭很早就已到公司為了要細看客戶的相關資料。她還將所有客戶的聯絡電話記錄在自己的電腦裡，以便以後聯絡。

(2.1) （〇） (2.2) （✕） (2.3) （〇） (2.4) （✕） (2.5) （〇）

Trong mỗi công ty, Bộ phận nghiệp vụ luôn luôn là bộ phận quan trọng nhất. Làm việc ở bộ phận này thông thường áp lực rất cao vì thành tích nghiệp vụ đòi hỏi mọi người ngoài phải có đầu óc chiến lược ra còn phải nhạy bén với tình hình thay đổi của thị trường và khả năng giao tiếp với khách hàng nữa. Thắng đã làm ở bộ phận này nhiều năm, anh ấy rất giỏi về nghiệp vụ. Số lượng khách hàng mà anh ấy có rất nhiều, để giữ mối quan hệ tốt với khách hàng, anh ấy thường xuyên đi thăm viếng khách hàng.

在每一家公司，業務部總是最重要的部門。在這個部門工作通常壓力很大，為了業績，大家除了被要求要有戰略頭腦外，還要對市場的變化有敏銳度，並且要具有與客戶的（交際）溝通能力。勝已在這個部門工作多年了，他的業務能力很強。目前他所擁有的客戶數量相當多，為了與客戶維持良好的關係，他經常去拜訪客戶。

(2.1) （〇） (2.2) （〇） (2.3) （✕） (2.4) （〇） (2.5) （〇）

Bài 7　第 7 課

Công ty vào những ngày cuối năm thường rất bận rộn, mọi người thường phải tăng ca. Lan không thích tăng ca vì em ấy cảm thấy tăng ca là một việc rất mệt mỏi và vì nhà của em ấy ở rất xa nơi làm việc, nên em ấy luôn cố gắng làm hết mọi việc trong giờ làm việc, nhưng đó là một việc rất khó làm được. Dạo này Lan đã tăng ca liên tiếp nhiều ngày, em ấy muốn được nghỉ ngơi và ngủ bù. Vì vậy vào ngày chủ nhật em ấy không đi đâu cả, chỉ ở nhà và ngủ.

公司年底通常很忙碌，大家經常要加班。蘭不太喜歡加班，因為她認為加班是一件很累人的事，加上她家又離工作地方很遠，所以她總是努力在上班的時間把所有工作做完，但那是一件很難做得到的事。最近蘭已連續加班了好幾天，她現在想要得到休息及補眠。因此在週日，她哪裡都沒有去，只待在家裡睡覺。

(2.1)　（○）　　(2.2)　（×）　　(2.3)　（○）　　(2.4)　（○）　　(2.5)　（○）

Bài 8　第 8 課

Mỗi năm công ty đều cho phép nhân viên được nghỉ phép năm, vì là nhân viên lâu năm nên Thu được công ty cho nghỉ phép năm 30 ngày. Tuy vậy vào những ngày nghỉ phép chị ấy thường không làm gì đặc biệt cả, chỉ ở nhà nghỉ ngơi hoặc đi du lịch vài ngày với người thân. Đa phần thời gian còn lại chị ấy sẽ đọc sách hoặc xem một vài bộ phim hay. Có khi chị ấy sẽ đi dạo phố và mua sắm một ít quần áo mới cho bản thân và người trong gia đình.

每年公司都讓員工可以放年假，由於秋是公司的資深員工，所以獲得公司允許有 30 天年假。雖然如此，放假的時候，她沒有特別做什麼，只是待在家裡休息或和親人去旅行幾天。剩下大部分的時間，她會閱讀或者看一、二部好看的電影。有時她會去逛街，並給自己或家人購買一些新衣服。

(2.1)　（○）　　(2.2)　（○）　　(2.3)　（○）　　(2.4)　（×）　　(2.5)　（○）

國家圖書館出版品預行編目資料

越南語商務會話 / 陳凰鳳著
-- 初版 -- 臺北市：瑞蘭國際, 2022.09
144面；19 x 26公分 --（外語學習系列；109）
ISBN：978-986-5560-82-9（平裝）
1.CST：越南語 2.CST：商業 3.CST：會話

803.7988   111011972

外語學習系列 109

越南語商務會話

作者｜陳凰鳳
責任編輯｜葉仲芸、王愿琦
校對｜陳凰鳳、葉仲芸、王愿琦

越南語錄音｜陳凰鳳、丁德敏
錄音室｜采漾錄音製作有限公司
封面設計、版型設計｜劉麗雪
內文排版｜劉麗雪、陳如琪、邱亭瑜

瑞蘭國際出版

董事長｜張暖彗 · 社長兼總編輯｜王愿琦
編輯部
副總編輯｜葉仲芸 · 主編｜潘治婷
設計部主任｜陳如琪
業務部
經理｜楊米琪 · 主任｜林湲洵 · 組長｜張毓庭

出版社｜瑞蘭國際有限公司 · 地址｜台北市大安區安和路一段 104 號 7 樓之 1
電話｜(02)2700-4625 · 傳真｜(02)2700-4622 · 訂購專線｜(02)2700-4625
劃撥帳號｜19914152 瑞蘭國際有限公司
瑞蘭國際網路書城｜www.genki-japan.com.tw

法律顧問｜海灣國際法律事務所　呂錦峯律師

總經銷｜聯合發行股份有限公司 · 電話｜(02)2917-8022、2917-8042
傳真｜(02)2915-6275、2915-7212 · 印刷｜科億印刷股份有限公司
出版日期｜2022 年 09 月初版 1 刷 · 定價｜420 元 · ISBN｜978-986-5560-82-9

◎ 版權所有 · 翻印必究
◎ 本書如有缺頁、破損、裝訂錯誤，請寄回本公司更換

 本書採用環保大豆油墨印製

瑞蘭國際

瑞蘭國際

瑞蘭國際